மந்திரவாசல்

எளிய பாதை நமக்காக

வெங்கடேசபெருமாள்

Copyright © Venkatesaperumal
All Rights Reserved.

This book has been self-published with all reasonable efforts taken to make the material error-free by the author. No part of this book shall be used, reproduced in any manner whatsoever without written permission from the author, except in the case of brief quotations embodied in critical articles and reviews.

The Author of this book is solely responsible and liable for its content including but not limited to the views, representations, descriptions, statements, information, opinions and references ["Content"]. The Content of this book shall not constitute or be construed or deemed to reflect the opinion or expression of the Publisher or Editor. Neither the Publisher nor Editor endorse or approve the Content of this book or guarantee the reliability, accuracy or completeness of the Content published herein and do not make any representations or warranties of any kind, express or implied, including but not limited to the implied warranties of merchantability, fitness for a particular purpose. The Publisher and Editor shall not be liable whatsoever for any errors, omissions, whether such errors or omissions result from negligence, accident, or any other cause or claims for loss or damages of any kind, including without limitation, indirect or consequential loss or damage arising out of use, inability to use, or about the reliability, accuracy or sufficiency of the information contained in this book.

Made with ♥ on the Notion Press Platform
www.notionpress.com

வணக்கம்...

என்னை போல பலருக்கும் உறுதுணையாக இருக்கும் அன்னை ஸ்ரீ வராகிக்கும் என் அப்பன் சிவனுக்கும் என் வணக்கம். இன்று நான் இப்புத்தகத்தை எழுத உறுதுணையாய் என்றும் ஆன்ம ரூபமாய் என் உடனே இருக்கும் என் தாயார் **தெய்வதிருமதி .ருக்குமணி** அம்மாளுக்கு நூலை சமணர்ப்பிக்கிறேன் ....

பொருளடக்கம்

1. மாந்திரீகம் — 1
2. மூலிகை உயிர் கொடுத்தல் — 3
3. உலோகம் — 5
4. வித்துவேசனமூலிகை — 7
5. அஷ்காம வித்தைகளை யந்திரம் மூலிகை. — 9
6. யந்திர சாப நிவர்த்தி — 11
7. அஷ்டபிறையோகம் — 14
8. மாந்திரீக சக்கரங்களுக்கு எண்ணெய்கள் — 15
9. மாரணம் — 17
10. ஓம் கம் கணபதி — 31
11. கணவன் , மனைவி பிரிவு சண்டை தீர்க்கும் முறை. — 39
12. பிறவிக்காமாவிலிருந்து ஏற்படும் பாதிப்பு குறைய — 44
13. எல்லோரும் நம்மேல் அன்பாக இருக்க — 47

முடிவுரை — 53

1

மாந்திரீகம்

மாந்திரிகம்

மாந்திரிகம் என்பது, தெய்வத்தின் துணையுடன், மக்கள் நல்வாழ்-விற்காக செய்யும் தொழில்,இதில் 8 விதமான தொழில் உண்டு. அது அஷ்டகா;மம் எனப்படும்.

முதல் நிலை தெய்வமான கணபதி சித்தி, ஜெபமுறை அதனால் உண்டாகும்..

கிழக்கு முகமாய் அமா;ந்து மஞ்சளில் பிள்ளையார்பிடித்து அதன் மேல் அருகம்புல் வைத்து, குங்குமம், சந்தனம், பொடிட்டு வாசணைமலர் போட்டு, தூபதீபம் தந்து நெய்வேத்யம் படைத்து, கையில் ருத்திராட்சம் மணியினால் 108 உரு ஜெபம் செய்ய, இப்பூஜையை ஞாயிற்றுக்கிழமை ஆரம்பிக்க 21 நாள் செய்ய சித்தியாகும். குணநாதன் யானை வடிவில் கனவில் வந்து ஆசீர்வாதம் தருவார் சகல செயபாக்யம் உண்டாகும். சத்ரு பலம் குறையும், குடும்ப நலம் உண்டாகும். லஷ்மி கடாட்சம் உண்டாகும். இவரின் துணையோடு நாம் விரும்பும் செயல்கள் செய்ய-லாம்.

மந்திரம்

ஹரி ஓம் ஐயும் கிலியும் சவ்வும்
ஸ்ரீயும் ஹ்ரீயும் அங் உங் மங்
கணபதி, மகா கணபதி சூல கணபதி,
நமசிவாய கணபதி, யநமசிவ கணபதி

வயநமசி கணபதி, சிவயநம கணபதி,
மசிவயந கணபதி, வங் சிங் கணபதி,
வருக வருக என் முகத்திலும்
என் வாக்கிலும் நின்று நான் நினைத்ததை
சித்தியாக வசி வசி ஸ்வாஹா.

தெய்வீக மாந்திரகத்தின்மூன்று நிலைகளான யந்திரம் மூலிகை, அஞ்சனம் (மை) பயன்களின் விளக்கம்.

யந்திரம்

மாந்திரகத்தில், யந்திரம் கோயில் போன்றது அஷ்டகா;ம வித்தைக்கு, நாம் விரும்பும் தெய்வத்திற்குரிய சக்கரம் அதில் யாருக்கு நாம் கா;மம் செய்கிறோமோ அவர் பெயா;, எழுதி பூஜையில் வைத்து பயன்படுத்த, நம் தெய்வம் அந்த யந்திரத்தில் இறங்கி நம் தேவைகளை எழுதியுள்ள வார்த்தைகளுக்கு ஏற்ப செய்து கொடுக்கும், யந்திரம் வரையும் போது அந்த அந்த கா;மங்களுக்கு ஏற்ற தகடுகளில் அடித்தல் திருத்தல், ஓட்டை ஏற்படாதவாறு எழுதுவதே சிறப்பு, யந்திரம் எழுதி அதற்கு சாப நிவர்த்தி செய்து, பின், அபிசேகம் செய்து, வாசைன திரவியம் பூசி பயன்படுத்த வேண்டும்.

மூலிகை

மாந்திரிகத்தில் மூலிகைக்கு முக்கியப் பங்கு உண்டு.

ஒவ்வொரு மூலிகைகளில் வாசம் செய்கிறது. நாம் விரும்பும் தெய்வங்களை வரவைக்க, நாம் அதற்குரிய மூலிகைகளை அதற்குரிய நட்சத்திர சுபவேலையில் முறையாக எடுத்த பயன்படுத்த தெய்வங்கள் நம் வசமாகும்.

மாந்திரிக அஷ்ட கா;மப்பிரையோகங்களுக்கு, ஒவ்வொரு கா;மத்திற்கும், மூலிகைகள் உண்டு அதை முறைப்படி எடுத்து பயன்படுத்த நாம் விரும்பிய காரியங்கள் உடன் நடைபெறும்.

மாந்திரீகத் தொழில் செய்பவர்களுக்கு மூலிகைகள் கண்டிப்பாக தெரிந்திருக்க வேண்டும்.

2

மூலிகை உயிர் கொடுத்தல்

மூலிகை உயிர் கொடுத்தல்

மந்திரம்

ஓம் மூலி, மஹா மூலி, ஜீவ மூலி
உன் உயிர் உன் உடம்பில் நிற்க
சுவாஹா

மூலிகை வேருக்கு வெற்றிலை பாக்கு, தட்சணை, பொரிகடலை, அவல், வெள்ளம், பழம், தேங்காய் படைத்து, துாபதீபம் காட்டி முல்லை மலர் போட்டு மந்திரம் ஜெபிக்க மூலிகைக்கு உயிர் உண்டாகும்.

அஷ்டகா;ம விளக்கம்

1. ஸ்தம்பனம - நிறுத்ததுல், ஸ்தம்பிக்க செய்தல்
2. வசியம் - கவர்ந்து இழுத்தல்
3. மோகனம் - காமுரச்செய்தல் (ஆசைபட வைத்தல்)
4. ஆகா;ஸனம் - வரவைத்தல், அழைத்தல்
5. உச்சாடனம் - விரட்டுதல், போகவைத்தல், ஏவுதல்
6. வித்து வேசனம் - பிரித்தல்

வியாழக்கிழமை அனைத்து வேலையும் செய்யலாம்.

வஸ்திரம்

1. வசியம் - சிவப்பு
2. மோகனம் - மஞ்சள்

3. பேதனம் - வெள்ளை
4. உச்சாடனம் - பச்சைப்பட்டு
தனிப்பட்டு சகல வேலைக்கும்.

ஜெப மாலை

1. வசியம் - ருத்திராட்சம்
2. மோகனம் - துளசிமணி
3. ஆகா;சனம் - ஸ்படிகம்
4. ஸ்தம்பனம் - தாமரைமணி
5. வித்துவேசனம் - சங்கமணி
6. உச்சாடனம் - மிளகுமணி

ஆசனபலகை

1. வசியம் - வில்லம்
2. மோகனம் - மா
3. ஆகா;சனம் - தேவதாரு

திசை

1. கிழக்கு - வசியம்
2. மேற்கு - உச்சாடனம்
3. வடக்கு - பேதனம்
4. தெற்கு - மோகனம், மாரணம்
5. தென்கிழக்கு - ஸ்தம்பனம்
6. வடமேற்கு - ஆகா;ஷணம்
7. தென்மேற்கு - வித்துவேசனம்
8. வடகிழக்கு சகல வேலைகளுக்கும் நல்லது

எண்ணெய்

1. நல்லெண்ணை - மோகனம்
2. பசு நெய் - வசீகரம்
3. ஆமணக்கெண்ணை - ஆசனம்
4. புங்க எண்ணெய் - உச்சாடனம்

3

உலோகம்

உலோகம்

1. வசியம் - காரீயம்
2. மோகனம் - நாகம்
3. ஆகா;சனம் - பொன்
4. வித்துவேசனம் - வெள்ளீயம்
5. ஸ்தம்பனம் - குருத்தோலை

நாம் பூஜை, ஜெபத்தால் சித்தி செய்த நட்புகொண்ட தெய்வத்தின் துணையுடன் கா;மம் இல்லாத அஷ்டகா;ம வித்தையாகிய ஸ்தம்பனம், வசியம், மோகனம், ஆக்ருசனம், வித்துவேசனம், உச்சாடனம், பேதனம், மாரணம், நம் நன்மைக்கும் பிறர் நன்மைக்கும் முறையாக செய்து பயன்-படுத்தும் தெய்வீகக்களை கற்றுத்தரப்படும்.

அஷ்டகாம பஞ்சாட்சரம் பஞ்சபூத எழுத்து

எழுத்து மூர்த்தி புதம் ஆதாரம்

1 ந பிரம்மா பிரிதிவி சுவாதிஸ்டானம்

2 ம மகாவிஷ்ணு ஆப்பு ஆனாகதம்

3 சி ருத்தரன் வாய்வு மணிபூகம்

4 வு மகேஸ்வரன் தேய்வு விசுத்தி

5 யு சுதாசிவம் ஆகாயம் ஆக்ஞை

அஷ்டம பஞ்சாட்சரம் அகஸ்தியா;

1. ஸ்தம்பனம் - நமசிவய
2. வசியம் - நயமவசி

3 மோகனம் - சிவயநம

4 ஆகா;சனம் - நசிமயவ

அஷ்டமம் என்றால் என்ன ?

அவற்றின் செயல் பயன்பாடு, அதனால் நமக்கு உண்டாகும். நன்மை, தீமை விவரம் நம்மையோ நம் சந்ததிகளையோ பாதிக்காத தெய்வீக வித்தையின் விவரம் தெளிவாக கூறப்படும்.

அஷ்டகமம்

நாம் சிறப்பாக வாழ தெய்வத்தின் துணையுடன் செய்யும் 8 விதமான கா;மமே அஷ்டகா;மம், இதில் 64 கா;மங்கள் அடங்கும்.

ஸ்தம்பனம் மூலிகை

1. சுக்கில் ஸ்தம்பனம-; விஷ்ணுகிரந்தி

2 சித்து ஸ்தம்பனம்- கருங்குண்டு மணி

3 ஆயுத ஸ்தம்பனம்- குமரி வேர்

4 மிருக ஸ்தம்பனம்- பேய்ப்பீர்ககன்

5 ஜல ஸ்தம்பனம் -சுங்கன் கொடி

6 அக்னி ஸ்தம்பனம் -சுங்கன் கொடி

7 தேவ ஸ்தம்பனம் -நிலவாகை

8 சா;ப ஸ்தம்பனம் -சிரியா நங்கை

வசியம் மூலிகை

1 சா;வ வசியம் -புல்லுருவி

2 இராஜ வசியம் -தேள்கொடுக்கு

3 புருஷ வசியம் -செந்நாயுருவி

4 ஸ்திரீ வசியம் -நிலவூமத்தை

5 மிருக வேண்குன்றி

6 சொர்ண மோகனம் -நன்னாரிவேர்

7 சத்ரூ மோகனம் -செந்நாயிருவி

8 உலோக மோகனம் -முல்லைவேர்

4

வித்துவேசன மூலிகை

வித்துவேசனம் மூலிகை

1 உலக வித்துவேசனம் - வெள்ளாமணக்கு

2 இராஜவித்துவேசனம் -கருங்குன்றி

3 புருஷ வித்துவேசனம் -திருகு கள்ளி

4 ஸ்திரி வித்துவேசனம் -ஆமணக்கு

5 மிருக வித்துவேசனம் -புமணக்காலி

6 தேவ வித்துவேசனம் -செங்கத்தாரி

7 உலோக வித்துவேசனம் - தும்பை

8 பு+த வித்துவேசனம் -பங்கம்பாளை

போதனம் மூலிகை

1 சா;வ பேதனம் -செல்லவரி

2 இராஜ பேதனம் -கோழியவரை

3 புருஷ பேதனம் -கவில் தும்பை

4 ஸ்திரீ பேதனம் -பொன்னாங்கன்னி

5 மிருக பேதனம் -ஏட்டி

6 தேவ பேதனம் -பாதரி

7 அக்னி பேதனம் - செவ்வகத்தி

8 உலோக பேதனம் - நாகசேலி

மாரனம் - மூலிகை

1 சா;வ மாரணம் -செந்தும்பை

2 இராஜ மாரனம் -புவரசன்

3 சத்ரூ மாரணம் -பங்கு

4 பு+த பிசாசு மரணம் -நச்சுப்புல்லு

5 ஜூவ ஜெந்து மாரனம்- தும்மட்டி

6 விஷ மாரனம் -நீலிவேர்

7 தேவ மாரணம் -மயில் மாணிக்கம்

8 ரிஷி மாரனம் -கொத்தான்.

5

அஷ்காம வித்தைகளை யந்திரம் மூலிகை.

அஷ்காம வித்தைகளை யந்திரம் மூலிகை முறைகளில் செய்வதே சிறப்பு.

அஷ்டகாம வித்தைகளை நமக்கென்று ஒரு தெய்வத்தை சித்தி செய்து அத்தெய்வத்தினி மூலம் செய்ய, அதனால் உண்டாகும் காமம், நம்மையோ நம் சந்ததியையோ பாதிக்காது. உரு முறையில் நாம் செய்-யும் மந்திரத்தொழில் நம் சந்ததிகளை பாதிக்கும்.

படையல்

வெற்றிலை பாக்கு, பால், பழம், பொரிகடலை, அவல், இனிப்பு படைத்து துாபதீபமிடவும்.

புலி

ஒவ்வொரு மூலிகையிலும் ஒவ்வொரு தெய்வம் வசிப்பதால் அந்தந்த தெய்வத்திற்கு ஏற்றவாறு (கனி, முட்டை, கோழி) எதாவது ஒன்று பலி கொடுத்து எடுக்க, சூரிய ஒளி படாமல் எடுக்க சிறப்பு.

மூலிகை சாப நிவர்த்தி மந்திரம்

ஆனை முகத்தின் ஆதி கணபதி பாதம் போற்றி
ஆதிமுதல் பதிணென் சித்தா;கள் சாபம் நசி நசி
அகஸ்தியா; சாபம் நசி நசி
சக்தி சாபம் நசி நசி
ஆதிசிவன் சாபம் நசி நசி
சகல தெய்வ தேவதா சாபம் நசி நசி
சகல முனிவர்கள், சித்தா;கள்

என்று வாயால் சொல்லி விபு+தியோ சுத்தஜலமோ தெளிக்க மூலிகை சாப நிவர்த்தியாகும்.

பின் பலிகுடுத்து, வேலை எடுக்க.

1. மூலிகை வேரை எடுக்கும் போது கண்ணாடி பீசால் அருத்து வெட்டி எடுத்து பயன்படுத்த சிறந்தது.

2. மூலிகை வேலை எடுத்து அதற்கு மஞ்சள் தடவி, துணியில் சுற்றி, பிறர்கண்பார்வை பாடமல் எடுத்து வந்து பூஜையில் வைத்து வாசைன திரவியம் தடவி, மலர்போட்ட உயிர் உண்டாக்கி பயன்படுத்தவும்.

அஞ்சனம் (மை)

தெய்வீக மாந்திரீகத்தில் மை உயிர்போன்றது. தெய்வங்களை வரவைக்கவும், அஷ்டகா;ம காரியங்கள் உடன் நடக்கவும், அஞ்சனமாகிய மை இல்லாமல் எந்த காரியமும் உடன் நடக்காது. இந்த மைகளை முறையாக தயார் செய்து பயன்படுத்த நம் விருப்பங்கள் உடன்நிறைவேறும்.

6

யந்திர சாப நிவர்த்தி

யந்திர சாப நிவர்த்தி:

யந்திரம் எழுதும் போது சாபம் ஏற்படாமல் இருக்க

1. கிழக்கு அல்லது வடக்கு திசை நோக்கி அமா;ந்தவாறு எழுத வேண்டும்.

2. எந்திரத்தை பூஜை அறையில் விளக்கின் முன் தூப தீபத்துடன் எழுதவும்.

3. எந்த காரியத்திற்கு உண்டான அதி தேவதையை நினைத்துக்கொண்டும்.

4. எந்திரம் எழுதும் போது பாதிதயில் விட்டுவிட்டு வேறு வேலை செய்யக்கூடாது.

5. எந்திரத்தை தரையில் வைக்கக் கூடாது.

6. எந்திரத்தை எழுதி பன்னீரால் அல்லது மஞ்சள் நீர், இளநீரால் அபிஷேகம் செய்ய சாப நிவர்த்தியாகும்.

7. எந்திரங்களை கா;மங்களுக்கு உரிய ஆனிகளில் எழுதுவது சிறப்பு செம்பு ஆனிகளில் எழுத வேண்டும்.

8. எந்திரத்தில் அடித்தல் திருத்தம், ஓட்டை, ரேகை இல்லாமல் எழுத வேண்டும்.

எந்திரங்களுக்கு உயிர் கொடுத்து சாப நிவர்த்தி செய்

ஓம் எந்திராணி சிவப்பிராணி,
எந்திரப்பிராணி, சா;வ எந்திரப்பிராணி,
குரு, குரு சானித்தியான குந குந.

ஓம் சக்திசாபம் நசி நசி
ஓம் சித்தா;கள் சாபம் நசி நசி
ஓம் தேவர்கள் சாபம் நசி நசி
எவரிட்ட சாபமாயினும் நசி நசி
ஓம் யந்திர தேவா உன் உயிர்
உன் உடலில் நிற்க சிவா
ஓம் சக்திநிற்க, சிவன் நிற்க
நக்தியும் சிவனும் ஒத்து நிற்க சிவா

என்று கூறி சிறிதளவு விபூதியை தகட்டின் மீது போட தகடு கத்தி-யாகும். அதாவது சாப விமோசனம் ஆகி பரிசுத்தமாகி உயிர்பெறும்.

மூலிகைகள் முறையாக காப்புகட்டுதல், சாப நிவர்த்தி செய்தல், உயிர்கொடுக்கும் முறையாகிய மூலிகை சாஸ்திரம் சொல்லித்தரப்படும் (உங்கள் முன் காப்புகட்டும் முறை, மூலிகை சாஸ்திரம் சொல்லித்தரப்ப-டும் (உங்கள் முன் காப்புகட்டும் முறை, மூலிகை வேர் எடுக்கும் முறை செய்து காண்பிக்கப்படும்).

பொது விதி

எந்த ஒரு மூலிகையை மாந்திரிகத்திற்கும், வைத்தியத்திற்கும் பயன்-படுத்த எடுக்கும் முன், மூலிகை சாபம் நம்மை பாதிக்காமல் இருக்கவும், அதன் உயிர்சக்தி வெளியேறிவிடாமல் இருக்க சித்தா;களையும் தெய்-வங்களையும் நினைத்து காப்புக்கட்டி எடுத்து பயன்படுத்துவதே நன்மை உண்டாகும்.

காப்பு கட்டுதல்

முதலில் நாம் எந்தச் சொடிக்கு காப்புக்கட்ட நினைக்கிறோமோ அந்-தச் செடியின் வேரில் முதலில் தண்ணீர் ஊற்றிவிட்டு பின், அதன் வேருக்கு பால் ஊற்றி மஞ்சள் கயரில் விரலிமஞ்சள் கட்டி, அதை அந்த செடிக்கு கட்டி, படையல் வைத்து துாபதீபமிட்டு, சாபநிவர்த்தி மந்திரம் ஜெபித்து பின் பலிகுடுத்து எழுத்து பயன்படுத்த வேண்டும்.

நெய்வேத்தியம்

தெய்வங்களுக்கு மிகப்பிடித்த உணவு சா;க்கரைப் பொங்கல், பழம், இனிப்பு வகைகள் போன்றவை மிகப்பிடித்த நெய்வேத்தியமாகும்.

படையல்

சாத்வீக தெய்வங்களுக்கு, சைவ படையல்களும், ருத்திர தெய்வங்-களுக்கு மாமிசப்படையல்களும் சிறப்பு.

- ஒரு எலுமிச்சம்பழம் 5 கோழிகளுக்கு சமம்
- ஒரு ஊமத்தை பலி 21 பன்றிக்குச் சமம்
- ஒரு தும்மட்டிக்காய் பலி 7 ஆட்டுக்குச் சமம்
- ஒரு பூசணிக்காய் பலி 1 மனிதனுக்குச் சமம்

ஜெபம்

புறத்தில் பூப்போட்டு ஜெபிக்கும் போது வாயால் மந்திரத்தை ஜெபிக்கவும், மற்ற நேரங்களில் உதடோ வாயோ அசையாமல் மனதிற்குள் மந்திரத்தை ஜெபிப்பதே சிறப்பு.

7

அஷ்டபிறையோகம்

அஷ்ட கா;ம பிறையோகம்

கா;மம் நூல் இடம்

1 வசியம் மஞ்சள் பால்

2 மோகனம் மஞ்சள் வண்ணான் வெள்ளாவி

3 அக்ருசனம் சிவப்பு அக்னி இடம்

4 உச்சாடனம் சிவப்பு சாஸ்தா, ஐயன் ோயில்

5 வித்துவேசனம் கருப்பு காளி,துர்கை கோயில்

6 பேதனம் கருப்பு சுடுகாடு

7 மாரணம் கருப்பு பிரேதம் வேகும் தணல்

8 ஸ்தம்பனம் புச்சை குல் அடியில்

சகல மந்திரங்களையும் ஜபிக்கும் திசை விவரங்கள் அஷ்டகா;ம திசைகள்.

8

மாந்திரீக சக்கரங்களுக்கு எண்ணெய்கள்

அஷ்ட கா;ம மாந்திரீக சக்கரங்களுக்கு எண்ணெய்கள்

1. காராம்பசு நெய்

காராம்பசு நெய்யில் கிழக்கு நோக்கி விளக்கு ஏற்றி வசிய, மோகனம், ஆகா;ஷண மந்திரங்கள் ஜெபித்தாலும், சகலவிதமான தெய்வ தேவதைகளை வரவழைகை;கவும் செய்யவும் தனவசியம் உண்டாகும்.

2. நல்லெண்ணெய்

நல்லெண்ணெயை கிழக்கு அல்லது வடக்கு நோக்கி விளக்கு ஏற்றி மோகன மந்திரங்களை ஜெபிக்க சித்தியாகும். சனீஸ்வர மந்திரங்களை ஜபிக்கவும் சகலவிதமான கஷ்டங்கள் தீரவும் பயன்படுத்தலாம்.

3. இலுப்பு எண்ணெய்

இலுப்ப எண்ணெயை ஊற்றி கிழக்கு அல்லது வடக்கு நோக்கி விளக்கேற்ற தெய்வ சக்திகள் கூடும். அம்மன் தெய்வங்களுக்கு ஏற்றது. குலதெய்வங்களுக்கு ஏற்றது.

4.புங்கஎண்ணெய்

புங்க எண்ணெயில் கிழக்கு அல்லது வடக்கு நோக்கி விளக்கேற்ற சகலவிதமான உச்சாடன காரியங்களும் சித்தியாகும்.

5. வேப்ப எண்ணெய்

வேப்ப எண்ணெயை ஊற்றி கிழக்கு அல்லது வடக்கு நோக்கி விளக்கேற்ற சத்ரு தொல்லை நீங்கும். அம்மன் தெய்வங்கள் வசியமாகும். திருட்டுபோன பொருள் கிடைக்கும். வித்வேசனம், மாரண காரியங்களுக்கு ஏற்றது.

6. காட்டாமணக்கு எண்ணெய்

காட்டாமணக்கு எண்ணெயை ஊற்றி கிழக்கு அல்லது வடக்கு நோக்கி விளக்கு ஏற்ற ஸ்தம்பன காரியங்கள் சித்தியாகும்.

7.ஆமணக்கு எண்ணெய்

ஆமணக்கு எண்ணெய்யை ஊற்றி கிழக்கு அல்லது வடக்கு நோக்கி விளக்கேற்ற ஆகா;ஷண காரியங்கள் சித்தியாகும்.

8. எட்டி எண்ணெய்

எட்டி எண்ணெயை ஊற்றி கிழக்கு அல்லது வடக்கு நோக்கி விளக்கேற்ற மாரணம், பேதனம், வித்வேசன காரியங்கள் செய்யவும், காளி உபாசனைக்கும், செய்வினை, பில்லி, சூன்யம், ஏவல், பேய், பிசாசுகள், துஷ்ட சக்திகளை விரட்டவும் சிறந்தது.

9. கழுதை கொழுப்பு

கழுதை கொழுப்பில் விளக்கேற்ற உச்சாடனம், மாரணம், பேதன, உத்வேசன காரியங்கள் செய்யலாம். சுகலத்தையும் நாசமாக்கிவிடும் என்பதால் இதை பயன்படுத்தும் முறை ரகசியமாக வைக்கப்பட்டுள்ளது. குருவின் அனுமதி இல்லாமல் இதை முழுமையாக பயன்படுத்தும் முறை தெரியாமல் இதை பயன்படுத்த வேண்டாம்.

10. பன்றி கொழுப்பு

பன்னியின் கொழுப்பில் விளக்கேற்ற மாரண, பேதன, வித்வேசன காரியங்கள் செய்யலாம். காட்டு பன்னியின் கொழுப்பில் விளக்கேற்றுவது வராஹிக்கு உபாசணைக்கு சிறந்தது. மேலும் இது அழிவுக்கு மட்டுமே பயன்படுத்தப்படும்.

9

மாரணம்

அஷ்ட கா;ம மாந்திரீக சக்கரங்களுக்கு உண்டான விளக்கு திரிகள்

1. தாமரை தண்டு திரி

வசியம, மோகனம், ஆகா;ஷணம், தனவசியம் போன்ற காரியங்களுக்கு சிறந்தது.

2. சிகப்பு திரி

அம்மன் தெய்வங்களுக்கு சிகப்பு திரி உகந்தது. பெண் தேவதைகளை வரவழைக்க சிறந்தது. எதிரிகளை வெல்லலாம்.

3. வெள்ளெருக்கு பஞ்சு

சகல விதமான தெய்வ தேவதைகளை வரவழைக்கவும், விநாயகா; வசியத்திற்கும் ஆகா;சணம் செய்வதற்கும் சிறந்தது. துஷ்டசக்திகளை விரட்டும்.

4. வேலி பருத்தி திரி

எதிரி அழிவிற்கும், மாரண காரியஙத்தையும் செய்ய சிறந்தது.

5. இலவம் பஞ்சு திரி

உச்சாடன காரியங்களுக்கு சிறந்தது.

தெய்வங்களுக்கு உரிய வேர்கள்

1 விநாயகா; வில்லவம் ஞாயிறு

2 சுப்பிரமணியா; கொன்றை வியாழன்

3 காளி குண்டுமணிகொடி செவ்வாய்

4 சரஸ்தி சென்பகம் வெள்ளி

5 மலையாள பகவதி பிரம்மதண்டி வியாழன்

6 பத்திரகாளி எட்டி ஞாயிறு
7 வாலை தேவி அழிஞ்சி வியாழன்
8 வராஹி வெளைசெடி வெள்ளி
9 பைரவர் வில்வம் வேள்ளி
10 அஞ்சனதேவி மயில்கொன்றை வியாழன்
11 அங்சநேயா; இருவாட்சி ஞாயிறு
12 வீரபத்திரா; வில்வம் வேள்ளி
13 வீரமா காளி ஆரசமரம் திங்கள்
14 குறளி ஊமத்தை ஞாயிறு
15 குட்டிசாத்தான் சிறுகாஞ்சொரி கிரகனம்
16 வேதாளம் கருங்காளி வெள்ளி
17 பு+த வசியம் வேம்பு கிரகனம்
18 தேவர்கள் கஸ்துாரி மஞ்சள் செவ்வாய்
19 சாமுண்டீஸ்வரி குண்டுமுத்து கிரகனம்
20 மலையாள துாமதேவி பிரம்மதண்டி ஞாயிறு
21 விஷ்ணு நீலதுளசி சனி
22 ஸ்ரீலெட்சுமி மஞ்சள் செடி வெள்ளி
23 ஜாலக்காள் தும்பை வியாழன்
24 அகோர வீரபத்திரா; இருவேலி வெள்ளி
25 மாடன் நீலகாக்கனம் ஞாயிறு
26 ரேணுகா, சக்களா, எக்கலா - வேலி (அல) நிழல்வாடி வெள்ளி
27 யட்சனி - மர ஊமத்தை, நன்னாலி, மருதமரம் (பேய் சுரை) - வெள்ளி
28 மோகினி முல்லை, மேனி - திங்கள், வெள்ளி, ஞாயிறு

நாம் விரும்பும் தெய்வங்களுக்குத் தகுந்தவாறு குறிப்பிட்ட நாளில் மூலிகை வேர்களுக்கு காப்புகட்டி பலிதந்து, எடுத்த அதற்கு மேல் ஜங்-கோலக்கரு என்ற ஆதிகரு தடவி பூஜையில் வைத்து பயன்படுத்தவும்.

1. ஸ்தம்பனம்

திசை - தென்மேற்கு (கன்னி)

மாலை - தாமரை மணி

யந்திரம் - தாமிர தகடு

மந்திரம்

ஓம் நமசிவாய ‘பெயா; ”- ஸ்தம்பனாய ஸ்தம்பனாய சுவாஹா

2. மோகனம்

திசை - வடக்கு (குபேர திசை)

மாலை - மிளகு மணி

யந்திரம் - தங்கம், நாகம்

மந்திரம்

ஓம் சிவாய நம ”.. பெயா; ”..

மோகனாய மோகனாய சுவாஹா

3. வசியம்

திசை - கிழக்கு

மாலை - ருத்திராட்சம்

யந்திரம் - காரியத்தகடு

மந்திரம்

ஓம் நயமசவி .. பெயா; .. வசிய வசிய சுவாஹா

4. மாரணம்

திசை - தென்கிழக்கு (அக்னி திசை)

மாலை - காசி மணி, நாபி மணி

யந்திரம் - வெள்ளி

மந்திரம்

ஓம் நசிமயவ ”.. பெயா; ”..

மாரணாய மாரணாய சுவாஹா

5. உச்சாடணம்

திசை - வடமேற்கு (வாயு மூலைூ

மாலை - துளசி மணி

யந்திரம் - வெள்ளீயத் தகடு

மந்திரம்

ஓம் மசிவநய .. பெயா; .. உச்சாடு சுவாஹா

6. ஆக்ருசனம்

திசை - மேற்கு (வருண திசை)

மாலை - சங்குமாலை

யந்திரம் - பித்தளை

மந்திரம்

ஓம் நசிமயவ".. பெயா; "..
அக்ருஷணாய அக்ருஷணாய சுவாஹா

7. பேதனம்
 திசை - வடகிழக்கு (ஈசானம்)
மாலை - முத்து
யந்திரம் - இரும்புத்தகடு
 மந்திரம்
 ஓம் நயமவசி .. பெயா; ..
பேதனாய பேதனாய சுவாஹா

8. வித்துவேசனம்
 திசை - தெற்கு (தெட்சனம்)
மாலை - எட்டி
யந்திரம் - பனை ஓலை
 மந்திரம்
 ஓம் மயவநசி ".. பெயா; "..
வித்துவேசனாய வித்துவேசனாய சுவாஹா

 வசிய விபூதி செய்முறை

சா;வ ஜனத்தையும், சா;வ செல்வத்தையும் நினைத்தவரை (மனை-வியை) வசியமாக்கக் கூடியதும் நினைத்த காரியத்தையும் செய்கின்ற வேலையையும் சுத்தமாக்கும் வசிய விபூதி செய்முறை.

 உரு ஏற்றும் முறை பிரயோக முறை
 அரசம் - புல்லுருவி
வேப்பம் - புல்லுருவி
புளியம் - புல்லுருவி

 பசும் சாணம், சாம்பல், ஜவ்வாது, சந்தனம், மல்லிகை அத்தா; எல்லாம் சோ;த்து விபூதியாக செய்து தட்டில் பரப்பி தேவையான சக்கரம் போட்டு பிரயோகம் செய்யலாம்.

 அஷ்ட கா;மன சக்கரம் பிரயோக முறை
 வசியம் : ஓம் வயநமசி
மனைவி பெயா; வசிய வசிய
வா வா ஸ்வாஹா
1008 முறை
மோகனம்

ஓம் சிவயநம

மனைவி பெயா; மோகனாய மோகனாய ஸ்வாஹா

108 முறை

ஓம் நமசிய

கடன் கொடுத்தவர் பெயா;

ஸ்தம்பனாய ஸ்தம்பனாய ஸ்ஹாஹா

1008 முறை

ஓம் யநம சிவ

பிடிக்காதவர் பெயா;

உச்சாடனாய உச்சாடனாய ஸ்வாஹா

1008 முறை

தம்பளம்

வரவழைத்தல்

ஓம் வநசியம

விரும்பிய தனம் (பணம்)

பெயா; + ஆகா;ஷணாய ஆகா;ஷணாய ஸ்வாஹா

1008 முறை

உச்சாடனம்

ஓம் சியமவந (பிரித்தல்)

பெயா; + தும் தம்மாவதி

வித்வேசனாய வித்வேசனாய ஸ்வாஹா

1008 முறை

அக்ருசனம்

ஓம் மவநசிய (புத்தியை குழப்பமாற்ற)

பெயா; ரூ பேதனயா பேதனயா ஸ்வாஹா

508 முறை

வித்துவேசனம் (நோய், தரிந்திரம் தீர)

ஓம் மசிவயந

பெயா; ரூ மாரணாய மாரணாய ஸ்வாஹா

108 முறை

தெய்வீக யந்திர, மந்திர, தந்திர ரகசியங்கள்

மந்திரம் என்பது நினைப்பவரைக் காப்பாற்றக் கூடியது. மனதால், வாக்கால் ஜெபித்து, உச்சரித்து, நமக்கு வேண்டியவற்றை உபாசனை

மூலம் பெறலாம்.

மந்திரம் என்பது நினைப்பவரைக் காப்பாற்றக் கூடியது. மனதால், வாக்கால் ஜெபித்து, உச்சரித்து, நமக்கு வேண்டியவற்றை உபாசனை மூலம் பெறலாம்.

மந் - நினைத்தல் - அறிதல்

தரம் - காத்தல்

இறைனின் வடிவவங்ள் மூன்று வகைப்படும்

1. ஸ்தூலவடிவம் - மந்திரங்கள்
2. சூட்சம வடிவம் - உயிருக்கு உயிராய் இருத்தல்
3. ஆதி சூட்சம வடிவம் - உண்மை, அறிவு, ஆனந்தமயம் (சிற்சக்தி வடிவ)

மந்திரத்தின் சக்தி யாதெனில், அனைத்தையும் அறிவது, உயிர்களுக்கு அருள்புரிதல் செய்வது, நினைப்பவனைக் காப்பது ஆகும்.

மந்திரங்களில் பல வகை உண்டு அசைவ..

1. மூல மந்திரம்
2. பீஜ மந்திரம்
3. சடங்க மந்திரம்
4. பஞ்ச மந்திரம்
5. பத மந்திரம்
6. காயத்ரி மந்திரம்
7. மாலா மந்திரம்
8. பிராணப் பிரதிஷடை மந்திரம்
9. அணுாடகா;ம மந்திரம்
10. கொட்சர மந்திரம்
11. பஞ்சாட்சரம்
12. சபிஷரம்
13. தகாஷரம்
14. நவாகிகரி
15. சோடசாஷரி
16. நியாச மந்திரம்
17. கவச மந்திரம் இன்னும் பல மொத்தம் 51 வகை மந்திரங்கள் உள்ளது.

தெய்வீக யந்திர, மந்திர, தந்திர ரகசியங்கள்

இவையன்றி, யட்சினி மந்திரங்கள், யோகினி மந்திரங்கள், நீலு-கண்டம், மிருத்யஞ்சயம், தட்சிணாமூர்த்தி, கலபம், வீரபத்ரம், பைரவம், விநாயகம், சண்முகா;, நவக்கிரகம், விரலை, புவனை, திரிபுரை, துர்க்கை போன்ற ஏராளமாக உள்ளன.

இவற்றில் நாம், நமக்கு சுபலமாகவும், விரைவாகவும் பெரிய அளவி-லான நியமநிஷ்டைகள் இல்லாமலும் இருக்கக் கூடிய எளிய மந்திரங்-களை மனதில் வரித்துக் கொண்டு மனக் கண்ணால் அந்த மந்திரங்க-ளுக்கு உரிய தெய்வங்கள் மூலம் மந்திர ஜெபம் செய்து வந்தால் எதை உத்தேசம் பண்ணிச் செய்கிறோமோ, அந்த காரியங்கள் சா;வ நிச்சய-மாக சித்தியாகும்.

மனதில் உறுதியும், நம்பிக்கையும், திடசங்கல்பமும் முக்கியம்.

இஷ்ட யந்த்ரத்தை ஸ்தாபித்து, அதற்கு உண்டான தேவதையை மனதால் நினைத்து, நாம் எடுத்த காரியம் நிறைவேறும் வரை, காலை-யில் குறைந்த பட்சம் 108 முதல் 1008 உரு மந்திரம் ஜெபிக்கலாம்.

ஜெபிக்கும் இடம் சுத்தமான, தனி அறையாக இருந்தால் நல்லது. ஒரு துாய விரிப்பு அல்லது மனைப் பலகை மீது அமா;ந்து, யந்திரங்-களை ஒரு மனைப்பலகை அல்லது பீடங்கள் மீது வைத்து ஸ்தாபிதம் செய்யலாம். தினசரி யந்திரங்களை சுத்த ஜலத்தால் அபிஷேகம் செய்து, வாசனைக் திரவியங்கள் பூசி, சந்தனம், குங்குமம், மலர்களால் அலங்-கரித்து ஐந்து முகக் குத்துவிளக்கு ஏற்றி வைத்து, வாசனையுள்ள பத்தி-கள் எரியவிட்டு, நமது குறைகள் என்ன, நமது தேவைகள் என்னஎன்-பதை நாம் சங்கல்பமாகச் சொல்லி, முதலில் விநாயகரை பிராத்தித்துக் கொண்டு, பிறகு நமது குலதெய்வத்தை பிராத்தித்துக் கொண்டு அதன் பின் யந்த்ரத்தை மானசீகமாகப் பிராதித்துக் கொண்டு, அதன் தேவதா மந்திரங்களையோ, மூல மந்திரங்களையோ, மன அமைதியுடனும், எந்-தவித வேறு எண்ணங்கள் இல்லாமலும் ஜெபம் செய்ய வேண்டும்.

பிறகு வசதிப்படி நைவேத்தியம் செய்து துாப தீப ஆராதனை செய்ய வேண்டும். கூடியவரை மந்திரத்தை மானசீகமாகச் ஜெபிப்பது மிக விசே-ஷமான பலன் தரும் என்பது அனுபவ உண்மை.

யந்திரங்களை வரைந்து பூஜையில் வைத்துவிட்டோம். இனி நமக்கு எல்லா சித்திகளும் கிடைத்துவிடும் என்று எண்ணக்கூடாது.

யந்திரங்களை தாமிரத் தகடு அல்லது சக்திக்கு ஏற்றவாறு வெள்ளி, தங்கம் ஆகியவற்றிலும் எழுதலாம். முடியாவிட்டால் யந்திரத்தை

போட்டோ பிரிண்ட் எடுத்து பிரேம் போட்டு வைத்து தூப தீபம் கொடுத்து மன ஒருமைப்பாட்டுடன் மூல மந்திர ஜெபம் செய்யலாம். இவ்வாறு செய்யும் போது நாம் எந்த தெய்வத்தை நினைத்து பூஜை செய்கிறோமோ அந்த தெய்வம் சூட்சுமமாக நமக்கு முன்னால் மன ஒருமைப்பாட்டுன் பணிவுடன் தூப தீபம் கொடுத்து ஜெபம் செய்ய வேண்டும். உள்ளத்தில் உள்ள இறைவன் நம் முன் இருப்பதாக நினைத்து பிராத்தனை செய்ய வேண்டும்.

இறைவன் உற்ற துணைவனாக இருந்து நமக்கு உதவிபுரிந்து வழிகாட்டிக்கொண்டே இருப்பார். திட நம்பிக்கையுடன் மனதினை ஒரு நிலைப்படுத்தி இறைவனை நினைத்துக்கொண்டு செயல்பட்டால் ஆகாத காரியம் எதுவும் இல்லை என்பது சா;வ நிச்சயம்.

முதலில் நாம் நம்மை நம்ப வேண்டும். நம்மிடம் இறைவன் இருக்கிறான். உள்ளத்தில் இருக்கிறான் அத்தகைய மகாசக்தியாகிய இறைவன் வசிக்கும் நம் சாPரத்தை பாக்கியமாகவும், திடமாகவும், சுத்தமாகவும் நல்ல எண்ணங்களுடனும் வைத்திருக்க வேண்டும். நமது உடம்பு இறைவன் வசிக்கும் கோவில் ஆகும். இதனை நாம் உணா;ந்தால் நம் உள்ளத்தில் இறைவன் இருப்பதை உணரலாம்.

மகா சக்தியாகிய இறைவன் நம் ஒவ்வொருவருடைய உள்ளத்திலும், உடம்பிலும் இருந்து கொண்டு நமது செய்கைகளையும், எண்ணங்களையும் கவனித்துக்கொண்டே இருக்கிறார். நாம் உறங்கும் போது நம் சுவாசத்தையும் இயக்கிக் கொண்டே இருக்கிறார்.

எனவே, எப்போதும் நல்லதையே எண்ண வேண்டும். நல்லதையே செய்ய வேண்டும். நம் மனதில் நினைக்கும் அத்தனை நல்ல, கெட்ட எண்ணங்களும் அண்ட வெளியில் சித்திர ரூபமாய் பதிந்துவிடுகிறது. ஆதனை யாராலும் மாற்ற முடியாது. இவை நாம் விதைத்த விளையாகும். இதனை அனுசரித்து தான் நல்வினை, தீவினைகள் நமக்கு ஏற்படுகிறது. நமது இறப்புக்குப் பின் நமது எண்ணங்களும், செய்கைகளும் நமக்குப் படுக்கையாக இருக்கும்.

இந்த பதிவின் படி நமது ஆத்மா பிறப்பெடுத்து கஷ்டத்தையும் சுகத்தையும் அனுபவிக்கிறது இதனைத்தான் நாம் முன் ஜென்மகா;ம பலன் எனக் கூறுகிறோம்.

இந்தப் பிறவியில் கஷ்டத்தையோ, சுகத்தையோ அனுபவித்து வரும் போது நமது வினைப்பயன்கள் தீராமல் இறந்துவிட்டால் இதன் எஞ்-

சியவினைகள் அடுத்த ஜென்மாவிலும் தொடா;கிறது. இந்த உயிரும் அதனை அனுசரித்தே பிறவி எடுக்கிறது.

மானசீக பூஜை, ஆதம பூஜை, விக்கிரக வழிபாடு, ஸ்தோத்திரங்கள், கவசங்கள், பாராயணம் ஆகியவற்றால் நம்மையறியாமலேயே நம்முன் இருக்கும் இறைவன் நம்மைக்காப்பற்றி நல்ல பாதையில் வழி நடத்திக் கொண்டு போவான்.

எனவே, மனோதிடத்துடன் ஏதாவது ஒரு தெய்வத்தைப் பிடித்துக்-கொண்டு, கடைசி வரை அதையே தியானித்து, பூஜித்து வேண்டி, சகல கஷ்டங்கள், லாபங்கள் எல்லாவற்றையும் அதனிடமே அர்ப்பணித்து-விட்டு இறைவன் நம்மைக் காப்பாற்றுவான். நம்மை நல்வழி நடத்திச் செல்வான் என்ற திட நம்பிக்கையுடன் பூஜித்து வந்தால் சகல சவுக்கி-யத்தையும், 16 வகையான செல்லங்களையும் தந்து அருள்வான் என்பது சா;வ நிச்சயம்.

என்றைக்கு, எப்போது உள்ளத்தில் இருக்கும் இறைவனை நினைக்-கிறோமோ அப்போது நமக்கு உதவத்தயராயிருக்கிறான். நம்பினோர் கைவிடப்பட்டார் என்பது நான்கு வேதங்கள் தரும் சத்திய வாக்கு. எனவே, நமக்கு வேண்டிய தெய்வம், அதற்குரிய மந்திரம், யந்திரம் இவற்றைத் தோ;ந்தெடுத்துச் செயல்பட வேண்டும். ஆத்மசக்தியை வளரச் செய்யலாம். நம்பிக்கை, துணிவு, நோ;மை, நியாயத்துடன் இறைவனை நம்பி வாழந்தால் ஆனந்தமயமான வாழ்வு வாழலாம்.

தந்திர, மந்திர, யந்திர ரகசியங்கள்

தந்திரம் என்பது மந்திர சக்தி, மனோ சக்தி ஆகியவற்றைக் கூட்-டாக ஒருங்கிணைத்துச் செ சயல்படும் செயல்களேயாகும். யோகம் என்-பதன் மறு அர்த்தம் ஆகும். தந்திரம் என்பது உடம்பையும், யந்திரம் என்பது அதன் இயக்கும் சக்தியையும், உறுப்புகளின் இயல்பையும் தெரி-விக்கிறது. மேலும் கோண அமைப்புகளின் கணிதப்படி ஒரு சித்திரமாக-வும் அமைகிறது.

மந்திரம் என்பது சப்தங்களால் பீஜாட்சரங்களை உச்சரிக்கும் முறை-யாகும். ஆட்சரங்களால் அமைத்து உருவாக்கப்படும் மந்திரங்கள், யந்-திரங்கள் எல்லாவற்றுக்குமாகச் சோ;த்து ஒரு ஒட்டு மொத்தப் பெயராக, சொல்லாக தந்திரம் விளங்குகிறது.

மந்திர சக்திகளைக் கொண்டு உச்சாடனம் செய்து வாழ்க்கையில் வெற்றி பெறலாம். தெய்வங்கள் தேவதைகளை அணுகுவதற்கு உண்-

டான கதவைத் திறக்கலாம். கெடுதல்கள் செய்ய ஏவப்படும் சக்திகளில் இருந்து தப்பிக்கலாம். அசாதாரணமான சக்திகளைப் பெற்றுச் செயல்படலாம். இவையனைத்தும் சா;வ நிச்சயமாக முடியும்.

மந்திர சக்திகளைப் பெறுவதற்கும், சித்திகள் அடைவதற்கும், அதன் உள் அர்த்தங்களை நீங்கள் தெரிந்துக்கொள்ள வேண்டிய அவசியம் இல்லை ஏனெனில், மந்திரங்களை உருவாக்கிய ரிஷிகள் சப்த அலைகள், ஒலி அமைப்புள் முதலியவற்றை அமைத்து அவற்றின் உச்சாடனங்கள் மூலம் சக்திகளைப் பெறக்கூடிய விதத்திலும் இருப்பதால் அவற்றின் அர்த்தங்களை தெரிந்து தான் ஜெபம் செய்ய வேண்டும் என்ற அவசியம் இல்லை. திரும்பத் திரும்ப மந்திரங்களைச் சொல்லும்போது நம் உள்ள மனதில் ஒரு அசைவு ஏற்பட்டு ஒரு காந்த சக்தி உண்டாகி எதை நினைத்து ஜெபிக்கிறோமோ அதனை அடைகிறோம்.

மந்திர சாஸ்திரம், மந்தி பிரயோகங்கள், பில்லி, சூனியம், காத்து, கருப்பு, பேய் பிசாசு ஆகிய அனைத்துமே உலகம் முழுவதும் உள்ள சகல மதத்தவரும் பயன்படுத்திவரும் சங்கதிகளே ஆகும்.

தந்திர சாஸ்திரத்தில் எந்தக் காரியத்திற்கு என்ன தேவதை என்ன மந்திரம் எனவும், பிரயோக விதிகளும் உள்ளது. இத்தகையை மந்திர பிரயோகங்கள் அதா;வண வேதத்தில் ஏராளமாக உள்ளன. மந்திரங்கள் உச்சரிக்கும் போது அதன் விளைவாக ஏற்படும் சப்த அலைகள் காற்றில் நுண்அலைகளாக பரிணமித்து காற்றில் இருக்கம் ஆகாய சக்தி அணுக்களில் அதிர்வுகளை ஏற்படுத்தி காற்றில் வியாபித்து, கேட்பவர்களின் காதினில் புகுந்து மனதில் அணுக்கதிர் அலைகளைப் பரப்பி ஒரு பரவசத்துடன் கூடிய வெற்றி மனப்பான்மையை ஏற்படுத்துகிறது.

யாகம் செய்யும் இடத்தில் ஒரு வெற்றிடத்தை ஏற்படுத்தி மந்திர பிரயோகம் செய்யும் போது ஆகாயத்தில் வேகமாக இழுக்கப்பட்டு அந்த மந்திர சக்தி செயல்படுகிறது. இதனால் தான் ஒவ்வொரு மந்திரத்திற்கும் அதன் சக்தி எவ்வளவு என்று நிர்ணயித்து, சந்தஸ் எனக் சொல்லுகிறார்கள். ஒவ்வொரு சந்தஸ்க்கும் 24 அட்சரம் முதல் 42 அட்சரம் வரை அமைந்திருக்கும் இந்த மந்திங்கள் எத்தனை ஆயிரம் முதல் எருப்போடுதல் என நிர்ணயித்து அதன்படி 108 உரு.1008 உரு. லட்சம் உரு. இவ்வளவு ஹோமம், இவ்வளவு தா;ப்பணம் என நிர்ணயித்து உள்ளனா;.

இவ்வாறான யாகங்கள், ஹோமங்களையும், அக்னி காரியங்களையும் பிரயோகம் செய்து தான் செய்கிறார்கள். இவற்றின் மூலம் நல்லதையும், கெடுதலையும் செய்யலாம். ஆனால் எவருக்காகவும் எக்காலத்திலும் எந்த காரியத்திற்காகவும் காரணத்திற்காகவும் கெடுதல் தரும் விஷயங்-களை செய்யக்கூடாது.

அபிசாரப் பிரயோகம் எனப்படும் கெடுதல் தரும் விஷயங்களைச் செய்யக்கூடிய மந்திரவாதிகள் விரைவில் தரித்தரா;களாகவும் பெரு வியாதிகள் வந்தும் துர்மரணம் அடைவார்கள் என்பது சா;வ நிச்சயம்.

எனவே மந்திர, யந்திர, தந்திர சக்திகளை நல்ல நோக்கத்திற்காகவும் நல்ல மனிதா;களுக்காகவும் மட்டுமே பயன்படுத்த வேண்டும் என்பது உறுதி.

இவற்றை நாம், நம்முடைய நலனுக்கு எப்படி உபயோகித்து வாழ்வில் வேண்டியதை அடைந்து 16 வகையான செல்வங்களையும் பெறலாம் என்பதை நாம் இந்த பயிற்சியின் மூலமாக அறிவோம்.

மந்திரங்கள் :

1. ஓம் காரம் பிரயோகம்
2. சகல காரிய சித்தி
3. இஷ்ட காரியசித்தி
4. லோக வசியம்
5. ஸ்த்ரி வசியம்
6. புருஷ வசியம்
7. ஆகா;ஷணம்
8. மோகனம்
9. வசிய மந்திரம்
10. வாக்கு சித்தி
11. விவாகம் உண்டாக்கும் மந்திரம்
12. ஐஸ்வர்ய விருத்தி
13. த்ரைலோக்கிய மோகனம்
14. புத்திர, பௌத்திர ப்ராப்தி உண்டாகும் மந்திரம்

யந்திரங்கள் :

1. சா;வ ஜன மோகனம்
2. சா;வ ஆகா;ஷணம்
3. வேதாள வசியம்

4. தேவதா வசியம்
5. யட்சிணிகள் வசியம்
6. பிள்ளைப் பேறு பெற
7. அரசாங்க நன்மைபெற
8. உத்தியோக உயா;வு
9. சம்பள உயா;வு பெற
10. விஷமுறிவு யந்திரம், மந்திரம்

ஜபத்திற்கு உகந்த இடங்கள்

மலையின் உச்சி, புண்ணிய நதிகளின் கரைகள், வில்வமரத்தின் அடி, குளம், பசுமாட்டுக் கொட்டில், தேவாலயம், உத்யானம், துளசிக்-காடு, புண்ணிய ஷேத்ரம், குருவின் அருகில், மனதிற்கு அமைதி ஏற்-படுத்தும் இடம் இவைகள் அனைத்தும் ஜபம் செய்வதற்கு மிகவும் ஏற்ற இடங்களாகும்.

'வாயவீய ஸம்ஹிதா'' ஸ்லோகத்தின்படி சூரியன், அக்னி, ஆச்சா-ரியன் சந்திரன், தீபம், ஜலம், அந்தணா;, பசு இவைகளின் எதிரில் இருந்து கொண்டு ஜெபிப்பது மிகவும் நல்ல பலனை அளிக்கும்.

எண்ணிக்கை அதிகமாகும் இடங்கள்

வீட்டில் ஜபம் செய்தால் எண்ணிக்கை சமமாகவும், மாட்டுக் கொட்-டிலில் 100 மடங்காகவும், உத்யானம், காடு இவைகளில் 1000 மடங்கா-கவும் புண்ணிய மலைகளில் 10000 மடங்காகவும் புண்ணிய நதிகளில் லட்சம் மடங்காகவும் பெரு என்று கூறப்பட்டுள்ளது.

கம்பளியினால் ஆன ஆசனத்தில் அமா;ந்து ஜெபிக்க எல்லா இஷ்-டங்களும் பு+ர்த்தியாகும்.

உடல் கட்டு பயிற்கு முறை

இந்த பயிற்சியின் அவசியம் அறிந்து கொள்ளுங்கள். இந்த லோகத்-தில் நல்ல சக்தி தீயசக்தி என எவ்வளவோ சுற்றிக் கொண்டி-ருக்கிறார்கள். அதில் துஷ்டமாக இறந்து போன கெட்ட எண்ணம் கொண்ட ஒரு உடல் கிடைத்தால் கூடு பாய்ந்து விடும். அதாவது நம் உடலில் நுழைந்து அதன் இஷ்டத்திற்கு நம்மை ஆட்டுவிக்கும், புத்-தியை கெடுத்துவிடும். பிறகு குடும்பத்தையே கெடுத்து விடும். இப்படியும் துன்பம் வரலாம். முற்றொன்று மந்திர உச்சரிப்புகளில் சில தவறு நோந்-தாலும் தேவதையின் கோபத்திற்கு ஆளாகலாம். மேலுமு; சக மாந்தி-ரீகா;கள் நம்மைவிட பெரியாளாக இவன் வந்துவிடக்கூடாது என நமக்கு

கட்டு கட்டலாம். (அதாவது செயலிழக்கச் செய்தல்), உடல் உஷ்ணத்தால் நம் இந்தியா;கள் வெளியாகி நம்மை தீட்டாக்கலாம். நாய் நம்மை முகா;ந்தால் மந்திரம் செயலிழக்கும் நிலை உருவாகும். இதனாலும் நமக்கு கெடுதல் உண்டாகலாம். வேறொரு தேவதை நம் உருவேற்றி மந்திரத்தை சக்தியை அபகரிக்கலாம். இது போன்ற செயல்களில் இருந்து நம்மை பாதுகாக்கவும், நாம் விரும்பிய தெய்வம் மட்டும் நம்மை அணுகி அருள்புரியும் ஏற்படுத்திக் கொள்ளும் மந்திர கட்டு அதாவது மந்திர பாதுகாப்பே இந்த உடற்கட்டு மந்திரம் ஆகும். நாம் நினைவு மறந்து இருக்கும் தருணத்தை பயன்படுத்தி சில தீய சக்திகள் நம் உடல் உருப்பை பாதிக்கச் செய்ய பார்க்கும். இதில் இருந்தும் தப்பிக்கவும், நமக்கு ஒரு கேடயம் போல் நம்மை சுற்றி பாதுகாக்கவும் நமக்கு நாமே போட்டுக்கொள்ளும் வேலியே இந்த உடற்கட்டு மந்திரமாகும். எனவேஇதை அன்றாடம் 11 முறை கூற வேண்டும். பூஜை ஆரம்பிக்கும் முன் தீபம் ஏற்றி உங்கள் ஆசனத்தில் அமா;ந்து கையில் விபூதி எடுத்து தங்களை சுற்றி போட்டுக் கொள்ளவும்.இதுவே தெய்வ பாதுகாப்பு (கட்டு) இதைத் தாண்டி வேறு சக்திகள் நுழைய முடியாது. நாம் விரும்பும் சக்திகள் மட்டுமே வர அனுமதிக்கும். பின்பு தான் மற்ற மூல மந்திரங்களை உரு ஏற்ற வேண்டும். பாதுகாப்பான முறையே உங்களுக்கும் குடும்பத்திற்கும் நல்லது. எனவே உடற்கட்டின் அவசியத்தை இப்பொழுது அறிந்திருப்பீர்கள்.

மேலும் கட்டு மந்திரம் உச்சரிக்கும் போது எந்த தேவதையை எந்த பாகத்தை காக்கச் சொல்லி சொல்கிறீர்களோ, அந்த பாகத்தை கற்பனையில் காண வேண்டும். உதாரணமாக கைகளை அம்பிகை காக்க வேண்டும் என்று மந்திரத்தில் இருந்தால் அதைச் சொல்லும் போது கைகளை கற்பனையில் பார்க்க வேண்டும். தேகத்தை காக்க வேண்டும் என்று வாசகம் இருந்தால் தேகத்தை ஒருமுறை முழுமையாக ஒரு நொடியில் கற்பனையில் காண வேண்டும். அவ்வாறு செய்தால் தான் உணா;வு பூர்சமாக உங்களுக்கு ஒரு பாதுகாப்பை கிடைக்கும். பாதுகாப்பு கிடைத்ததை நிச்சயம் உணா;வீகள்;. குாவல் தெய்வமான நாய்கள் (பைரவர்) உங்களை கண்டாலே அன்போடு அருகில் வரும். விளையாட பார்க்கும். இது நிகழும் அப்போதே கட்டு மந்திரம் உங்களுக்கு வேலை செய்வதை உணா;வீர்கள். இதுவும் தேவ ரகசியமாகும். இனி மந்திரங்களை காண்க. இந்த கட்டு மந்திரம் எந்த சூழலிலும் ஒருவ-

ருக்கும் தெரிய கூடாது கவனம். கையில் விபூதியை எடுத்துக் கொண்டு இம் மந்திரங்களை கூறவும்.

இந்த மந்திரத்தை கூறும் முன் அவரவர்களன் குலதெய்வதை வணங்க வேண்டும்.

குருவை மனதில் நினைத்து வணங்க வேண்டும்.

குரு வாழ்க, குரு நன்முக வாழ்க, குருவே துணை (3 முறை)

10

ஓம் கம் கணபதி

விநயாகா;

ஓம் கம் கணபதியே வா வா சிவாய (108 முறை)

ஓம் பகவதி ஈஸ்வரி என்றே தேகத்தில் பஞ்சாட்சர மூர்த்திக் காவல், கைகளில் அம்பிகை மகேஸ்வரி சாமூண்டீஸ்வரி காவல் என்றே சிரசு முதல் பாதங்கள் வரை ஓம் என்ற அட்சரமும், காதில் வீரபத்ர தேவ-ரும், நவதுவாரத்தில் நவகிரகங்களும் என்னைச் சுற்றி கால பைரவனும் காத்து ரட்சிக்க சிவாக (அன்றாடம்) 11 முறை கூற வேண்டும்.

விநாயகா; மாந்திரீக வசிய பூஜை முறைகள்

விநாயகா; மந்திரம் ஜெபிக்க ஆரம்பிக்கும் நாட்கள் அமாவாசை, பௌர்ணமி. அஷ்டமி மற்றும் தேய்பிறை சதுர்த்தி இந்நாட்களில் மந்திர பூஜையை காலை வேலையில் ஆரம்பிக்கவும்.

1. முறையாக செய்பவர்கள் மட்டும் காலை 4.30 — 5.30 மணிக்-குள்ளும், இரவு 8 — 12 மணிக்குள்ளும் மந்திரம் ஜெபித்துக் கொள்-ளலாம். இந்த நேரத்தில் மந்திரம் ஜெபிக்க முடியாதவாக்ள தங்க-ளுக்கு எந்த நேரம் சௌகரியமாக உள்ளதோ அந்த நேரத்தில் மந்திரம் ஜெபிக்க ஆரம்பிக்கலாம். பொதுவாக விநாயகா; மந்திரம் எந்த நேரத்-திலும் ஜெபிக்கலாம்.

2. விநாயகா; மந்திரம் ஜெபிக்கும் முன் ஏதாவது ஒரு விநாயகா; கோவிலில் விநாயகருக்கு அருகம்புல் வைத்து தேங்காய் எண்ணெய் விளக்கேற்றி, சிதறு தேங்காய் உடைத்து விநாயகரை வழிபட்டு பின் மந்-திர பூஜை ஆரம்பிக்கவும்.

3. விநாயகா; மந்திர பூஜை செய்பவர்கள் தனியறையில் அல்லது தனியறை இல்லாதவர்கள் அறையில் தனியாக பூஜை செய்யும் இடத்திற்கு மட்டும் தனி ஸ்கிரீன் போட்டுக் கொள்ளவும். பூஜை செய்யும் இடத்தில் பூஜை செய்யும் முன் பசுங்கோமியத்தில் பசு சாணி மஞ்சள் சிறிது கலந்து ஒன்றாக கலந்து தெளிக்கவும். பின் அமாவாசை, பௌர்ணமி, அஷ்டமி, சதுர்த்தி, சதுர்த்தி நாட்களில் இக்கோமியத்தை தெளித்தால் தெய்வ சக்திகள் அதிகாரிக்கும்.

4. பூஜையறையில் விநாயகா; சிலை அல்லது படம் கிழக்கு அல்லது வடக்கு நோக்கி வைக்க வேண்டும்.

5. விநாயகா; மந்திரம் ஜெபிக்க அமரும் ஆசனம்.

வெள்ளெருக்கு பலகை, வில்வமர பலகை, வன்னிமரப்பலகை, மாம்பலகை, அரசமரப்பலகை, அருகம்புல் ஆசனம், தா;ப்பைப்பாய், சிகப்பு கம்பளி, சிகப்பு பட்டு, மஞ்சள் கம்பளி, மஞ்சள் பட்டு அல்லது சிகப்பு துணி, அல்லது மஞ்சள் துணி இவற்றில் ஏதோ ஒன்றினை விரித்து அதன் மீது அமா;ந்து மந்திரம் ஜெபிக்கவும்.

1. விநாயகா; மந்திரம் கிழக்கு அல்லது வடக்கு நோக்கி அமா;ந்து மந்திரம் ஜெபித்துக் கொள்ளவும்.

2. விநாயகா; மந்திரம் ஜெபிக்கும் முன் விநாயகா; வசிய மை புரவ மத்தியில் அல்லது உச்சந்தலையில் அல்லது மார்பில் நடுவில் வைத்துக் கொண்டு மந்திரம் ஜெபிக்கவும்.

3. விநாயகா; மந்திரம் ஜெபிக்க மணி மாலைகள்

ருத்திராட்ச மாலை, வெள்ளெருக்கு மணி மாலை, ஸ்படிக மாலை, வில்வமாலை, வெள்ளெருக்கு பூ மாலை, சந்தன மாலை, சிகப்பு சந்தன மாலை இதில் ஏதாவது ஒரு மாலை வைத்து மந்திரம் ஜெபித்துக்கொள்ளலாம்.

எதிரிகளை அழிக்க பில்லி, சூன்யம், ஏவல், செய்வினை அழிக்கவும். உட்சாடணம், பேதணம், மாரணம், வித்வேஷணம் செய்யும் எட்டி மணி மாலை, வேப்ப மணி மாலையினால் மந்திரம் ஜெபிக்க வேண்டும்.

1. மந்திரம் ஜெபிக்கும் போதும் பூஜை செய்யும் போதும் பூஜை அறையில் கரண்ட் வெளிச்சம் கூடாது. தீப வெளிச்சம் மட்டுமே இருக்க வேண்டும்.

2. பூஜையறையில் விநாயகருக்கு 7 எண்ணெய் கலந்த எண்ணெய் கொண்டு விளக்கு தீபம் ஏற்றி மந்திரம் ஜெபிக்கவும்.

1. வேப்ப எண்ணெய், 2. இலுப்பை எண்ணெய், 3.புங்க எண்ணெய், 4.விளக்கு எண்ணெய், 5.தேங்காய் எண்ணெய், 6.நல்லெண்ணெய், 7. சுத்தமாக பசு நெய் இவைகளை ஒன்றாக கலந்து இந்த 7 எண்ணெய் கூட்டு எண்ணெயில் விளக்கு தீபம் ஏற்றவும்.

1. விநாயகருக்கு மட்டும் தேங்காய் எண்ணெய் தீபம் சிறந்தது.

2. எதிரிகளை அழிக்கவும், உச்சாடணம், பேதனம், மாரணம், வித்-வேஷணம் போன்ற காரியங்களை செய்யவும் வேப்ப எண்ணெய் அல்லது எட்டி எண்ணெய் அல்லது இரண்டும் கலந்து தீபம் ஏற்றி மந்திரம் ஜெபிக்கவும்.

விநாயகருக்கு அசா;ச்சனை செய்ய அல்லது சாற்ற அருகம்புல், வில்வ இலை, அரச இலை, வன்னி இலை, வேப்பிலை, வெள்ளெருக்கு சிறந்தது.

பூக்களில் வெள்ளெருக்கும் பூ, வேப்பம் பூ, செவ்வரளிப் பூ, செம்-பருத்திப் பூ, மல்லிகைப்பூ, முல்லைப்பூ, வெள்ளை ஊமத்தம் பூ, மாது-ளைப் பூ, சாதிமல்லிப்பூ, இவற்றில் ஏதாவது ஒரு பூவினால் மாலையாக விநாயகருக்கு சாற்றி வழிபட சிறந்தது.

விநாயகருக்கு வைக்கும் இலைகளுக்குண்டான பலன்கள்

1. வெள்ளை எருக்கு இலை - குடும்பத்திற்கு பாதுகாப்பு கிடைக்கும். காரிய

வெற்றியுண்டாகம்.

2. ஊமத்தின் இலை - சகல நன்மைகளும் உண்டாகும். எதிரிகளை

பைத்தியம் பிடித்து ஓடச்

செய்யும்.

3. கரிசலாங்கன்னி இலை - பொருள் சேரும்

4. அரச இலை - எதிரிகள் இடங்குவார்கள், விநாயகருக்கு சிறந்தது.

5. அகத்தி இலை - துயரம் நீங்கும்

6. சிலந்தை இலை - கல்வியில் சிறந்து விளங்குவார்கள்

7. அரளி இலை - ஆகா;ஷண சக்தி உண்டாகும்.

8. தாழை இலை - பில்லி, சூன்யம், ஏவல் நீங்கும்

9. மாவிலை - குழந்தை பாக்யம் உண்டாகும்.

10. கண்டங்கத்திரி இலை - சகல வெற்றி உண்டாகும். செல்வம் பெருகும்.

11. நாயுருவி இலை - வீரம், தைரியம் உண்டாகும். வெற்றி கிடைக்கும்.

12. தேவதாரு இலை - சோகம், கவலைகள் நீங்கும், மகிழ்ச்சி உண்டாகும்.

13. முல்லை இலை - தா;மம் செய்த பலன் கிடைக்கும்

14. மாதுளை இலை - புகழ் உண்டாகும்.

15. வில்வ இலை - சகலவித சக்திகளும் கிடைக்கும் விநாயகருக்கு சிறந்தது.

16. வன்னி இலை - சகல காரியங்களிலும் வெற்றி கிடைக்கும்.
விநாயகருக்கு மிகவும்
சிறந்தது.

17. விஷ்ணு கிரந்தி இலை - நுண்ணறிவு உண்டாகும்.

18. துளசி இலை - விநாயருக்கு வைக்கக் கூடாது.

16. விநாயகருக்கு படையல்

தேங்காய், வெல்லம், பேரிச்சம் பழம், தேனில் கலந்து எள் உருண்டை அப்பம், அவல், பொரி கடலை, வாழைப்பழம், மாம்பழம், பலாப்பழம், பயிறு வகைகள், பழ வகைகள், கிழங்கு வகைகள், பால் பாயாசம், இளநீர், கடலை உருண்டை, சா;க்கரை கலந்த தேங்காய் துருவல், கரும்பு, கற்கண்டு, வள்ளி கிழங்கு, சா;க்கரை பொங்கல், வெண் பொங்கல், மிளகு சாதம், தேனும் தினைமாவும், நெய், பச்சரி சாதம், எள் சாதம், பனியாரம், புட்டு, லட்டு, வடை, வெண்ணெய்,

வெள்ளெரிக்காய், வெள்ளிரிப்பழம், பால் சாதம், பருப்பு சாதம், தயிர் சாதம், கசலவிதமான காய்கறிகள் கலந்த சாம்பார் கலந்த சாதம் இவற்றில் ஏதாவது ஒன்றை பூஜையில் விநாயகருக்கு படையாக வைத்துக்கொள்ளவும்.

17. படையல்

பூஜை ஆரம்பிக்கும் முதல் நாளும், கடைசி நாளும் வைக்கவும், பின் அமாவாசை, பௌர்ணமி, அஷ்டமி சதுர்த்தி நாட்களிலும் பின்பு சிறப்பு பூஜை செய்யும் நாட்களிலும் படையல் வைத்து பூஜை செய்யவும்.

18. விநாயகா; மந்திரம் ஜெபிக்கும் முன் யானைக்கு ஏதாவது பழங்கள் கொடுத்து உங்கள் (விநாயகா;) மந்திரத்தை மனதிற்குள் ஜெபித்துக் கொண்டே அதனிடம் ஆசீர்வாதம் வாங்க வேண்டும்;;. பின் எப்போதெல்லாம் முடியுமோ அப்போதெல்லாம் அதனிடம் ஆசீர்வாதம் வாங்க மந்திர சக்தி அதிகரிக்கும்.

19. யானை சாணி, பசுஞ்சாணி, மஞ்சள் மூன்றையும் ஒன்றாக கலந்து பிள்ளையார் பிடித்து ஒரு செம்பு தாம்பாளம் அல்லது பித்தளை தாம்பாளம் அல்லது மாம்பலகையின் மேல் வைத்து பூஜை அறையில் வைத்து மந்திரம் ஜெபிக்க அதிக சக்திகள் கிடைக்கும்.

20. யானை சாணி பிள்ளையார், பசும் சாணி பிள்ளையார், மஞ்சள் பிள்ளையார், பாம்பு புற்று மண் பிள்ளையார், அச்சுவெல்லம் பிள்ளையார், அருகம்புல், வன்னி இலை, அரச இலை, வில்வ இலை, எருக்க இலை, இந்த 5 இலைகளையும் அரைத்து பிள்ளையார் பிடித்து வைத்து விநாயகா; மந்திரங்கள் ஜெபிக்க அதிக சக்திகள் உண்டாகும்.

21. விநாயகா; மந்திரம் ஜெபிப்பவர்கள் கண்டிப்பாக பூஜை அறையில் ஒரிஜினல் வெள்ளெருக்கு பிள்ளையார் சிலை வைத்து மந்திரம் ஜெபிக்கவும்.

22. வெள்ளெருக்கு விநாயகரின் பின்புறத்தில் யாணையின்முடி ஒட்டி வைத்து மந்திரம் ஜெபிக்க சக்திகள் அதிகரிக்கும்.

23. வெள்ளெருக்கு விநாயகருக்கு சந்தனாதி தைலம் பூசி பூஜையில் வைத்து மந்திரம் ஜெபித்தால் சக்திகள் அதிகரிக்கும்.

24. தினமும் விநாயகருக்கு அருகம்புல், வில்வம், வெள்ளெருக்கு பூ வைப்பது சிறப்பு.

25. பன்னீரில் கல் உப்பைக் கரைத்து பூஜையில் வைத்து விநாயகா; மந்திரம் ஜெபித்து வந்தால் எதிரி அடங்குவான். ஆந்த உப்புநீரை

அவன் வீட்டில் தெளித்து விட்டால் எதிரி ஊரைவிட்டே ஓடுவிடுவான். நல்ல காரியங்களுக்காக மட்டும் செய்யவும்.

வேப்ப எண்ணெய்யில் விநாயகா; மந்திரம் ஜெபித்து எதிரி வீட்டில் தெளித்தாலும் எதிரி ஊரைவிட்டே ஓடிவிடுவான்.

விநாயகா; வசிய சகல வசிய மூலிகை வித்தை

வெள்ளருக்கு செடிக்கு ஞாயிற்றுக்கிழமை வரும் பௌர்ணமி அல்லது தேய்பிறை சதுர்த்தி அன்று காப்புகட்டி வேர் அராமல் எடுத்து வேருடன் ஒன்பது மிளகு சோ;த்து தாயத்தில் அடைத்து பூஜையில் வைத்து மந்தி-ரம் ஜெபித்து கழுத்திலோ அல்லது வலது கையிலோ கட்ட எப்படிபட்ட எதிரிகளும் வசியமாகி நம் செய்படி நடப்பார்கள். வியாபாரம், தொழில் விருத்த உண்டாகும். விநாயகா; வசியம் உண்டாகும்.

அமாவாசை, பௌர்ணமி, தேய்பிறை சதுர்த்தி அன்று யானையிடம், யானையை கிழக்கு நோக்கி நிற்க வைத்து அதன் வலது கால் மண்ணை எடுக்கவும்.

எடுக்கும் முறை : யானை கட்டிபோட்டிருக்கும் இடத்தில் இருந்து எடுக்கலாம் அல்லது ஆற்று மணலை ஒரு சிகப்பு துணியில் எடுத்து வந்து யானை கிழக்கு நோக்கி நிற்க வைத்து அந்த மணல் மீது அதன் வலது காலை வைத்து எடுக்கலாம் இப்படி எடுத்த யானையின் வலது கால் மண்ணுடன் சந்தனம், இரத்த சந்தனம், இவற்றை ஒன்றாக கலந்து பூஜை அறையில் வைத்து மந்திரம் ஜெபித்து வரவும். பின் ஏதாவது ஒரு முக்கியமான காரியங்கள் வெற்றியடைய இந்த மண்ணின் மீது கை வைத்து அல்லது தா;பைப் புல்லால் தொட்டுக் கொண்டு 108 முறை விநாயகா; மந்திரம் ஜெபித்து சிறிது மண்ணை எடுத்து தன்னிடம் வைத்-துக்கொண்டு சென்றால் சகல காரியங்களும் வெற்றியடையும் மந்திர சக்தி அதிகரிக்கும்.

விநாயகா; மந்திரம் விரைவில் சித்தியாக தேய்பிறை பஞ்சமி ஆரம்-பித்து, வளர்பிறை சதுர்த்தசி வரை தினமும் 1008 முறை மந்திரம் ஜெபிக்க விரைவில் சித்தியாகும்.

கயவன் பானை செய்த மீத மண்ணில் பிள்ளையார் பிடித்து வைத்து விநாயகா; மந்திரம் ஜெபிக்க விநாயகா; அருள் விரைவில் கிடைக்கும். ராஜயோகம் உண்டாகும்.

யானையை வணங்கி மூலிகையின் தும்பிக்கையை பூஜை அறையில் வைத்து மந்திரம் ஜெபிக்க விநாயகா; வசியம் உண்டாகும். ஆதிரிஷ்டம்

உண்டாகும்.

விநாயகா; வசிய மாந்த்ரீக பிரயோக முறை

ஒரு மண் பூச்சட்டியில் விவசாய கருப்பு மண் பாதியளவு போட்டு அந்த மண்ணில் பசும் சாணி, யானை சாணி சிறிது கலந்து தண்ணீரை ஊற்றி அந்த கலவையை ஒன்றாக கலந்து அதில் வெள்ளெருக்கு விதை, மகாவில்வ விதை, வில்ல விதை, அரசமர விதை, வேப்பமர விதை, வன்னிமர விதை, இந்த 6 விதைகளை விதை;து செடிகள் முளைத்தவுடன் அந்த தொட்டியில் ஓர் சிறிய வெள்ளெருக்கு விநாயகா; வைத்து விநாயகா; மந்திரம் ஜெபிக்கும் போது உங்களுக்கு முன் அல்லது பின் இந்த செடியை வைத்து மந்திர ஜெபிக்க அதிக சக்திகள் கிடைக்கும். தெய்வ சக்திகள் ஆகா;ஷணமாகும்.

விநாயகா; வசிய மை சிறப்பு முறை :

வெள்ளெருக்கு, வில்வம், மஹா வில்வம், அரச செடி, வன்னி செடி, வேப்பஞ்செடி என இந்த 6 செடிகள் ஞாயிற்றுக்கிழமை வரும் அமாவாசை, பௌர்ணமி அல்லது தேய்பிறை சதுர்த்தி அன்று காப்புகட்டி எலுமிச்சம் பலி கொடுத்து அவல் பொரி கடலை, தேங்காய் பழம், வெற்றிலை பாக்கு வைத்து படையல் படைத்து வேர் அறாமல் எடுத்து செடி முழுவதையும் அல்லது வேரை மட்டும் புது சட்டியில் பச்சை கற்பூரம் போட்டு எரித்து, கரியாக்கி இதனுடன் காரம் பசு நெய், ஜவ்வாது, அஞ்சனக்கால், அரகஜா, புனுகு கோரோசனை சோ;த்து மையமாக அரைத்து செம்பு அல்லது வெள்ளி டப்பாவில் அடைத்து பூஜையில் வைத்து விநாயகா; மந்திரம் 1008 முறை ஜெபித்து இம்மையை சகலவிதமான வசிய காரியங்களுக்கும் பயன்படுத்திக் கொள்ளலாம். விநயாகா; வசியம் உண்டாகும். நகல தெய்வ தேவதைகளும் வசியமாகும்.

விநாயகா; வசிய மை எளிய முறை - 1

வெள்ளெருக்கு, வில்வம், மஹா வில்வம், அரசு செடி, வன்னி செடி, வேப்பஞ்செடி என 5 செடிகளை ஞாயிற்றுக்கிழமை வரும் அமாவாசை, பௌர்ணமி அல்லது தேய்பிறை சதுர்த்தி அன்று காப்பு கட்டி, எலுமிச்சம் பலி கொடுத்து, அவல் பொரி கடலை, தேங்காய் பழம், வெற்றிலை பாக்கு வைத்து படையல் படைத்து வேர் அறாமல் எடுத்து செடி முழுவதையும் அல்லது வேரை மட்டும் ஒரு புது மண் சட்டியில் பச்சை கற்பூரம் போட்டு எரித்து கரியாக்கி இதனுடன் காரம் பசு நெய், அஞ்சனக்கல், ஜவ்வாது சோ;த்து மையாக அரைத்து செம்பு அல்லது வெள்ளி

டப்பாவில் வைத்து அடைத்து பூஜையில் வைத்து விநாயகா; மந்திரம் 1008 முறை ஜெபித்து இம்மையை சகலவிதமான வசிய காரியங்களுக்கு பயன்படுத்திக் கொள்ளலாம். விநாயகா; வசியம் உண்டாகும். சகல தெய்வ தேவதைகளும் வசியமாகும்.

11

கணவன் , மனைவி பிரிவு சண்டை தீர்க்கும் முறை.

கணவன் - மனைவி பிரிவு - சண்டை தீர்க்கும் முறை

வீட்டில் கணவன் மனைவி விகல்பம் இல்லாமல் உண்டாக்கும் தலையணை மோகன யந்திரம் வரைந்து பிரயோகிக்கும் முறை இரும்பும் காந்தமும் போல கணவன் மனைவி பிரிவு, சண்டை சச்சரவு நீங்கி, அன்யோன்யம் உண்டாக்கும் காம மோகினி பூஜை முறை இது மிக அனுபவமானது.

பூஜை முறை :

வாழை இலையில் வெற்றிலை பாக்கு, பழம், தட்சணை, தேங்காய், பூ, சந்தனம், தேன் முதலியன படைத்து வைத்து யந்திரத்தை வெள்ளித்-தகடு அல்லது காரிய தகட்டில் எழுதி, புனுகு கஸ்துாரி, கோரோசனை ஜவ்வாது பச்சைகற்பூரம் முதலியன அரைத்துப் பூசி தினமும் 1008 உரு ஜெபிக்கவும் 21 நாள் செய்ய, கணவன் மனைவி சாகும் வரை பிரிய-மாட்டார்கள்.

மந்திரம்

ஹறி ஓம் வசிய மோகினி வா வா

மனைவி பெயா; எனக்கு மோகிக் ஏக்கமாக செய்வாய் சிவா

வசிய ஈடுமிருந்து செய்முறை

கணவன் மனைவி சண்டைகள் விலகி ஒற்றுமை அன்யோன்யமாய் இருக்கவும் விரும்பியவர் சொல் பேச்சு கேட்கவும் பக்க விளைவு இல்லாத வசிய ஈடு மருந்து செய்முறை.

வசிய மருந்தில் பலவிதம் இருந்தாலும் அவை பக்கவிளைவை எண்டு செய்பவை எளிய பக்க விளைவு இல்லாத உடன் வேலை செய்யக் கூடியது. இவை அனைவரும் செய்து பயன்படுத்தலாம்.

தேவையான பொருள் :

1. கொட்டைக்கரந்தை சமூலம்.
2. ஜாதிக்காய்

இரண்டையும் பொடி செய்து பன்னீரிலோ பேய்க்கரும்புச் சாற்றலோ உமிழ் நீரிலோ உருட்டி உருண்டையாகச் செய்து கணவன் மனைவிக்கும், மனைவி கணவனுக்கும் கொடுக்க ஒற்றுமை அன்யோன்யம் ஒருத்தருக்கு ஒருத்தா; அன்பாக பாச நேசத்துடனும் ஆசையுடனும் பிரியாமல் இருப்பார்.

வசிய ஈடு முறிவு முறை

எப்போர்பட்ட வசிய மருந்து பயிற்றில் இருந்தாலும் அதை உடன் முறித்து வெளியேற்றும் போகா; மூலிகை வசிய ஈடு முறிவு மருந்து செய்முறை.

பலவித வசிய ஈடு முறிவு மருந்து இருந்தாலும் அவை எல்லாராலும் செய்து பயன்படுத்த முடியாது எளிமையாக அனைவரும் செய்து பயன்படுத்தும் விதமாக கூறுகிறோம்.

1. செருபடை மூலிகை
2. வெற்றிலை (வெள்ளை)

இவை இரண்டையும் சோ;த்து அரைத்து உருண்டையாக வைத்து தேவைப்படும் போது பயன்படுத்தவும்.

பெண் வசியம்

(ஆண், பெண் வசியம் இடுமருந்து முறை)

பெண் வசியம் :

இந்த முறையினை கணவன் மனைவி இருவருக்கும் நடுவில் ஒரு இன்பமான வாழ்க்கை வழா மட்டுமே பயன்படுத்தினால் இது பலிதம் ஆகும். மாற்றான் பெண்ணின் மேல் மோகம் கொண்டு பயன்படுத்தினால் இது பலியாது. அது பாவமும் கூட இதில் அடங்கியுள்ள சூட்சமத்தை

நான் கூறப்போவதில்லை. அந்த சூட்சம ரகசியங்கள் அறிந்து அதன்படி பிரயோகித்தால் மட்டுமே இந்த முறைகள் 99 மூ வெற்றி பெரும்.

நன்கு காய்ந்த பாக்கினை எடுத்து ஆணுக்கு கொடுக்க வேண்டு-மானால் பெண்ணின் யோனி நீரில் 18 வாரம் ஊற வைத்து அந்த பாக்கிழனை மூன்று பங்காக வைத்து மூன்று வேளை அந்த ஆணுக்கு கொடுக்க அந்த ஆண் கேட்டெல்லாம் கொடுத்து அந்த பெண்ணுக்கு அடிமையாகி இருப்பான்.

இதே பாக்கனை ஆணின் விந்துவில் ஒரு வாரம் ஊற வைத்து அந்த பாக்கினை மூன்றுபங்காக வைத்து மூன்று வேளை பெண்ணுக்கு கொடுக்க அந்த பெண் வசியமாகி கேட்டெல்லாம் கொடுப்பாள்.

காளி பூஜை முறை

மாந்திரிகத்தின் அதிதேவதை காளி இவளை முறையாக பூஜை செய்ய நம் துன்பம் தீரும்.

காளி யந்திரம்

காளி வா வா

தினமும் மல்லிகை மொட்டால் 1008 முறை மந்திரத்தை ஜெபித்து 7 நாள் கழித்து தலையைச்சுற்றி 7 எலுமிச்சம்பழம் பலி தந்து பின் தாயத்தாக அணிய திருமணத்தடை விலகி திருமணம் நடக்கும்.

கிரக தோசத்தால் தடை தரித்திரம், கடன், ரோகம் பயம், சத்ரு பகையால் பாதிக்கப்பட்டவர்கள் உடன் நிவாரணம் பெற சுடலை மாடன் பூஜை முறை :

செவ்வாய்கிழமை அல்லது வெள்ளிக்கிழமை இரவு 10 மணிக்கு மேல் தேக சுத்தம் செய்து, வீட்டுக்கு வெளியே அல்லது மாடியில் தனி இடத்திலோ, தோட்டத்திலோ, ஒதுக்குப்புறமான இடத்திலோ இப்பூ-ஜையை செய்யவும்.

பூஜை செய்யும் இடத்தில் மஞ்சள் நீரால் சுத்தம் செய்து முருங்கை மரத்தில் மணப்பலகை செய்து அதன் மேல் மாடன் போட்டோ வைத்து அதற்கு முன் மஞ்சளில் பிள்ளையார் பிடித்து வைத்து, விள்கெண்ணெ-யால் தீபம் போட்டு, முன் வாழையிலை விரித்து அதில் வெற்றிலை பாக்கு தட்சனை பழம் தேங்காய், பொரிகடலை அவல், வெல்லம், பச்-சரிசிப்பொங்கல் படைத்து வழிபடலாம். ஆசைவமாக படைக்க நினைப்-பவர்கள், மது, மாமிசம், சுருட்டு, பொடி, கருவாடு, கத்தரிக்கா போட்ட சாதம், படைத்து வழிபடவும். இப் பூஜை 21 நாள் செய்ய மிகுந்த பலன்

கொடுக்கும், இப் பூஜையின் பலனை அனுபவித்தவர்களுக்கு தெரியும்.

மூலிகை

காளி தாய்க்கு உகந்த வேர் கருப்பு குண்டுமுத்து கொடியின் வடவேர் :

இதை பவுர்ணமி, அமாவாசை கிரகனகாலத்திலோ சூர்ய அஸ்தமனத்திற்குப்பின் முறையாக காப்புகட்டி எலிதந்து எடுத்து, மஞ்சள் தடவி யந்திரத்தின் துவைத்து, யந்திரத்திற்கு மை தடவி, பூஜையில் வைத்து, வாசைன மலர் போட்டு, நெய்வேத்தியம் படைத்து, பூஜை, ஜெபம் செய்ய ஜெயம் முடித்து பின், நம் தேவைகளை வேண்டி, தாய்க்கு 1 கனி பலி தந்து தீப ஆராதனை செய்ய, நம் கோரிக்கை 7 நாளில் இருந்து 21 நாட்களுக்குள் நிறைவேறும்.

மந்திரம்

ஓம் க்லீம் நமோகாளி
நீலு காளி நிர்வாண காளி
வஜ்ரகாளி, மோகய மோகய
திரீகால ஞானமும், திவ்ய தரிசனமும்
தந்து முன் நிற்க சுவாஹா.

குடும்பத்தில் கணவன் மனைவி ஒற்றுமை அன்யோன்யத்தை உண்டாக்கும் பரிகாரம், பூஜை முறை.

பகையாளியை நண்பா;களாக மாற்றும் எளிய வழி முறை :

இத்தகட்டை செயம்புத்தகட்டில் எழுதி அதில் நான்கு மூலையிலும் நம் பகையாளியின் பெயரை எழுதி தகடை சுருட்டி, காலை, மாலை எதிரி பெயரைச் சொல்லி விளக்கு தீபத்தில் வாட்ட இப்படி செய்ய 7 நாளில் இருந்து 21 நாளுக்குள் பகையாளி நம்மிடம் நட்பாய் அன்பாய் உறவு கொள்வான்.

துஷ்ட சக்தியின் பாதிப்பு, ஏவல் காத்து
கருப்பால் பாதிக்கப்பட்டவர்கள் சரி செய்யும் முறை :

துஷ்டசக்தி ஏவல், போன்றவற்றால் பாதிக்கப்பட்டவரை, வீட்டுக்கு வெளியில் அல்லது மயானத்தில் தரையில், இந்த சக்கரத்தை வரைந்து நாழு மூலைக்கும் நாழு ஆணி அடித்து, நூல்கட்டி ஒரு பக்கம் மட்டும் தெற்கு திசை மட்டும் காட்டாமல் விட்டு விட்டு அந்த சக்கரத்தில் பாதிக்கப்பட்டவரை அமரச் செய்து மன்னால் படையலாக மது, மாமிசம் படைத்து தேரையையும் பெருங்காயத்தையும் அரைத்து வரட்டி மீது தடவி அதை புகை போட கேய், பிசாசு, காட்டேரி முதலியன தலைவி-

ரித்தாடும், பின் அதனிடம் கேட்க தனக்குத் தேவையானதை சொல்லும் பின் முட்டையோ, கோழியோ பலிகுடுக்க விலகிவிடும். பின் குளிக்கச் செய்து தடையோ, தாயத்தோ போட தீரும்.

திருமணம் ஆகாத ஆண், பெண் விரைவில் திருமணம் ஆக பரிகார முறை :-

மந்திரம் :

ஐயும் கிலியும் வா வா
சௌவும் கிலியும் வா வா.

மந்திரம் :

ஹரி ஓம் அகோர மாடா
கேம்பீரா, அகோர தா;க்கவாள்
முனீஸ்வரா, ஸ்ரீ பகவதி புத்திரா,
வீராதி வீரா சுடலை மாடா
நான் தரும் பூஜை என் வசமாயிருக்க
வயநமசி சுவாஹா

என்று தினமும் 1008 உரு ஜெபிக்க மாடன் சித்தியாகி நம் துன்பங்களை நீக்க நன்மை செய்வார். ஏந்தக் காரியங்கள் செய்தாலும் அனுகிரகம் செய்வார்.

இது அனுபவ பாகம்.

12

பிறவிக்காமாவிலிருந்து ஏற்படும் பாதிப்பு குறைய

பிறவிக்காமாவிலிருந்து ஏற்படும் பாதிப்பு குறைய

அமாவாசை தினம் குளித்துவிட்டு பச்சரிசி சாதம் வடித்து அதில் தயிர்விட்டு பிசைந்து அத்துடன் பிரண்டையை அடைத்து வதக்கி தயிர் சாதத்துடன் பிசைந்து அதை வாழை இழையில் உருண்டையாக வைத்து பசுமாட்டிற்கு குடுக்க.

மீனுக்கு, பட்சி, பறவைகளுக்கு உணவிட நம் பிறவிக்கா;மா குறை-யும்.

தா;மத்தால் கா;மம் போகும்.

போட்டோவின் மூலம் பிரிந்தவரை சோ;க்கும் முறை :

மந்திரம் :

ஓம் ஆம் ஊம் ஐயும் கிலியும்
மலை இடும்பா வருக வருக
றீம் ஸ்ரீம் அம் லம் றம் உம்
மோகனவாயா இன்னானுக்கும் இன்னாளுக்கும்
மலை இடும்பா மோகிக்க ஸ்வாஹா

விபூதித்தட்டில் பிரிந்தவர்களுடைய போட்டோவை வைத்து அதற்கு மேல் யந்திரம் வைத்து அதன் மேல் புல்லுருவி அல்லது மை வைத்து படையலுடன் மந்திரத்தை தினமும் 1008 முறை ஜெபித்து துாப தீபம் தரவும். இப்படி 7 நாள் பூஜை செய்து பின் தகடை பிரையோகம் செய்ய பிரிந்தவர் சோ;வர் ஒருவருக்கு ஒருவர் அன்யோன்யம் அன்பு மோகம் உண்டாகும். இதை மலை இடும்பன் செய்து வைப்பார்.

புஜை முறை

அமாவாசை இரவு அல்லது வளர்பிறை ஞாயிற்றுக்கிழமை இரவு பு+ஜை அறையை சுத்தம் செய்து, கோமியத்தில் மஞ்சள் பொடி கலந்து தெளித்து சுத்தம் செய்து அமா;ந்து

வெள்ளித்தகட்டில் மோகினிச்சக்கரம் வரைந்து, பன்னீரால் அபிஷே-கம் செய்த வாசைன திரவியம் பூசி, விபூதித்தட்டில் நாம் யாரை நன்-மைக்காக வரச்செய்ய நினைக்கிறோமோ அவர்களுடைய போட்டோவை வைத்து அதற்கு மேல், முன் செய்த மோகினி மை டப்பாவை வைத்து தினமும் நெய்வேத்தியமாக வெற்றிலை பாக்கு, பழம், தட்சனை பொரி-கடலை அவல், பசும்பால் வைத்தும் மோகினி தாய் மந்திரத்தை ஜெபம் செய்ய வேண்டும். இப்படையல் முதல் நாளும், கடைசி நாளும் பெரிய படையலும் மற்ற நாட்களில் ஒரு வெற்றிலையில் ஒரு சொட்டி தேன் வைத்து பூஜை செய்ய இப்படி 48 நாள் புஜை செய்யவும்.

ஒரு புது மண்கலயத்துள் தினமும் படைக்கும் வெற்றிலையை தேனு-டன் போட்டு வைக்க இதை 48 நாள் பு+ஜை முடிந்தவுடன், மண்கல-யத்துள் காய்ந்துள்ள வெற்றிலையை சுடன் சோ;த்து எரித்து கரியாக்கி, முன் மையுடன் கலந்து வைத்து,

தினமும் வெளியில் செல்லும் போது மோகினி மையை மோகினி மந்திரத்தை ஜெபித்து நெற்றியில் வைத்துச்செல்ல நம்மைப்பார்த்தவர் நம்முடன் நட்பு கொள்ள ஆசைப்படுவர்.

முன் மொகினி யந்திரத்தை தாயத்தாவோ அல்லது லேமினேசன் செய்து பாக்கெட்டில் வைத்துச் செல்லவும் 48 நாள் புஜையின் போதே நாம் விரும்பிய நபா; நம்மைத்தேடி வந்து சோ;வர். இந்த மோகினி பு+ஜை செய்து வருபவர்கள் வாழ்வில் நினைத்த காரியம் அனைத்தும் நடக்கும் எங்கு சென்றாலும் எதைச்செய்தாலும் வெற்றியே.

இந்த இரண்டு சக்கரத்தையும் செம்புத்தகட்டில் நல்ல சுபவேளையில் எழுதி வடக்கிலிருந்து தெற்காக விபூதித்தட்டில் வைத்து, அதற்கு முன்

வாழை இலை விரித்து அதில் வெற்றிலை பாக்கு, தேங்காய், பழம், பூ பால், சந்தனம், அருகம்புல், பஞ்சாமிர்தம், அவல், பொரிகடலை, பாயா-சம், சுண்டல் முதலியன படைத்து முன் அமா;ந்து மந்திரத்தை தின-மும் 108 உரு 48 நாள் ஜெபித்து பின் யந்திரத்தை தாயத்தாக செய்து அணிந்து கொள்ளவும். சும்மா இருக்கும் நேரெமல்லாம், மந்திரத்தை மனதில் ஜெபித்து வர நமது மேலதிகாரியும் நம் சக ஊழியா;களும், நம் உடன் இ ருப்பவர்களும் நமக்கு வசிமாகி அன்புடன் இருப்பார். தொல்லை குடுத்து வந்தவர்கள் நட்பாய் இருப்பார்.

மந்திரம் :

ரீ ரீஹ் சிவாயங்

என்று சிரத்தையாக ஜெபித்து வரநன்மை உண்டாகும்.

13

எல்லோரும் நம்மேல் அன்பாக இருக்க

எல்லோரும் நம்மேல் அன்பாக இருக்க :

ஞாயிற்றுக்கிழமை, செம்புத்தகட்டில் கீழ்கண்ட சக்கரத்தை வரைந்து, வசிய மை தடவி கையில் வைத்து கொண்டு, மந்திரத்தை தினமும் 108 உரு வீதம் 21 நாள் ஜெபித்து பின் லேமினேசன் செய்து கையில் வைத்-துக்கொள்ள அனைவரும் நம்மேல் அன்பாக இருப்பார்கள்.

மந்திரம்

ஓம் மோக மோகி
சா;வ மோகனாய
என்னைக்கண்டோர் தன்னை
மறந்து, தாளை மூடி,
சரணம் போற்றி, கோபம் நீங்கி,
கொண்டானடித்து, ஆசையும்
அன்புமாகிட செய், வசி வசி
சுவாஹா

அடிக்கடி கலையும் கா;ப்பம் நிற்க:

பனை ஓலையில் இந்த எந்திரத்தை வரைந்து ஸ்தம்பன அமை வைத்து ஸ்தம்பன மந்திரம் ஜெபித்து வரவும் 7 நாள் பின் இதை கா;ப்பஸ்திரிகள் மடியில் வைத்துக்கொள்ள அடிக்கடி கலையும் கா;ப்பம் நிற்கும்.

மந்திரம்

ஓம் ஹிரீம்

தும் தும்

ஸ்தம்பனாய சுவாஹா

மந்திரம்

நசி நசி

வசி அசி

வாழாத பெண் சோ;ந்து வாழ

கீழ் உள்ள சக்கரத்தை வெள்ளித்தகட்டில் எழுதி வெற்றிலை பாக்கு தேங்காய் பழம், பூ, சந்தனம், பால், தேன் முதலியன படைத்து வைத்து நாள் ஒன்றுக்கு 108 உரு வீதம் 7நாட்கள் ஜெபம் செய்து கட்டிக் கொள்ள வாழாது பெண் கணவனோடு சோ;ந்து வாழுவாள்.

மந்திரம்

இருவர் பேரும் சோ;த்து

ஓம் வசி வசி

வெளிநாட்டு வேலை விரும்பும் வேலை கிடைக்க

1. வெளிநாடு வேலைக்கு முயற்சி செய்பவர்கள் வளர்பிறை ஞாயிற்றுக்கிழமை காலை சூரிய ஓரையில் நாயுருவிச் செடியின் வடவேர், குண்டுமணிச் செடியின் வடவேர் இரண்டையும் காப்பு கட்டி எடுத்து மஞ்சள் தடவி துாபதீபம் காட்டி நம் இஷ்ட தெய்வ வழிபாடு செய்து வெள்ளியில் தாயத்து செய்து இடும்பில் அணிய விரைவில் வெளிநாடு செல்ல வாய்ப்பு கிடைக்கும்.

2. வெளிநாட்டு வேலை, விரும்பும் வேலை கிடைக்க சிறக்க ஆஞ்சிநேயருக்கு வளர்பிறையில் வரும் மூலம் நட்சத்திரத்தில் 108 வாழைப்பழம் வைத்து நெய்வேத்தியம் செய்து பூஜை செய்ய வெளிநாட்டு வேலை சிறப்படையும், விரும்பும் வேலையும் கிடைக்கும்.

உலக துன்பத்திலிருந்து விடுபட்டு நிம்மதியாக வாழ்

நாம் அன்றாட உலக துன்பத்திலிருந்து விடுபட்டு சந்தோசமாக வாழவும், விரும்பிய பொருள் நல்ல இல்லறம் சிறக்க எடுத்த காரிய வெற்றி, ஜனவசியம் பொருள் வசியம் அனைத்தும் தரவ ல்லவர் முருக்கடவுள் ஆவார். இவரை தினமும், வழிபட்டு, பூஜித்து வரநாம் கேட்பதையெல்லாம் தருவார்.

மந்திரம் :

ஓம் றீம் ஐயும் கிலியும்
ஔவும் சௌவும் சரவணபவ
தேவா சா;வ அனுகிரகம்
தேஹி சிவா

இப்பூஜையை நெய்வேத்தியத்துடன் 48 நாள் தினமும் மந்திரம் 108 முறை ஜெபித்து துாபதீபம் காட்டி பின் அபிசேகம் செய்து, வெள்ளை நிறப் பூக்களால் அர்ச்சிக்க வேண்டும். நிவேதானம் தேன் படைக்க இது சகல காரியசித்தி தரும்.

நமக்கு சதா தொல்லை கொடுக்கும் எதிரியை மாடன் தெய்வம் மூலம் விரட்டும் மை பூஜை முறை

மந்திரம்

ஹரி ஓம் அதோரமாடா, கம்பீரா
அகோர தா;க்கவாள் முனிஈசா
வீராதி வீரா, ஸ்ரீ1;கார பகவதி புத்திரா
சுடலை மாடா, என்வார்த்தை கேட்டிடாயே
வேடிக்கை அருளும் வினோத மாடா
ரீங் சவ்வுங் கிலி
ஐயுங் கிலி ரீங்
மாடா வா வா
என்னுடைய சத்திராதியை
சுவாயா

மாடன் மை முறையும் பூஜை முறை :

மாடன் மை முறையும் பூஜை முறையும், பயிற்சியில் விவரமாக கூறப்படும். இது ரகசியம், குருவழியாக தெரிந்து செயல்படுத்தவதே நன்மை உண்டாக்கும். இது மிக வலிமையான பூஜை முறை ஆகும்.

தகாத உறவுடையவரையும், கள்ளக்காதலர்களையும், உடன் நிறுத்தவும் பிரிக்கவும் செய்யும் தாமாதேவி யந்திர மை பிரையோக முறை :

துாமாதேவிக்கு ஏவல் மை அல்லது அண்டம் காக்கை மையை பயன்படுத்த மிகுந்த பயன் உண்டாகும் வேளை உடன் நடக்கும்.

மந்திரம்

தும் தும், துாம் துாம்
துாமாவதி தாயே, நசி நசி,
பிரி பிரி

கலை கலை, ஓட்டு ஓட்டு
சுவாஹா

பனை ஓலையில் மேற்கண்ட சக்கரத்தை வரைந்து, வேப்ப எண்ணெயால் துடைத்து அதை பூஜையில் விபூதி தட்டின் மீது வைத்து, அதில் தூமாவதி கருமை தடவி, வேப்பெண்ணெயில் விளக்கு ஏற்றி நெய்வேத்தியத்துடன், அமா;ந்து தினமும் காலை இரவு 21 நாள் மந்திரம் ஜெபிக்க, எப்போ;பட்ட உறவாக இருந்தாலும் உடன் அவர்களாகவே சண்டையிட்டுப் பிரிவர். தூமாவதி தாயின் மூலம், தேக நோய், தரித்திரம், கிரக தோசம், பகை, சந்துருதோசம் போன் அனைத்தையும் பிரிக்க, தடுக்க, போகவைக்க முடியும்.

வீடு, மனை, இடம், நிலம், பொருட்கள் உடன் விற்கச் செய்யும் சிவ உச்சாடன யந்திர மை முறை

மை

1. கீழ நெல்லிவேர்
2. கொழிஞ்சி வேர்
3. சிரீயா நங்கைவேர்
4. பேய்மிரட்டி வேர்
5. வெள்ளெருக்கு வேர்
6. கருத்துளசிவேர்
7. தலைச்சுருளிவேர்
8. தும்பைவேர்
9. பச்சை கற்பூரம்
10. காட்டு ஆமணக்கு எண்ணெய்
11. வேப்ப எண்ணெய்
12. நல்லெண்ணெய்

மந்திரம்

ஓம் ஆம் ஊம் மசிவநய

ஊச்சாடு உச்சாடு
சுவாஹா

ஜோதிடா;, குறி, அருள்வாக்கு சொல்வோர் வாக்குப்பலிதம் உண்டாக்கவும், கால நடப்பை சொல்லவும், ஆஞ்சநேயா; குறி மை பூஜை முறை, (புலிப்பணி) அனுப்பவ முறை

கறிமை

1. ஆடை ஒட்டி
2. நின்றால் தீஞ்சமூலி (நெல் வயசில் கிடைக்கும்)
3. கருப்புத் துணி
4. காராம் பசு நெய்
5. புனுகு, கோரோசனை
6. ஜவ்வாது
7. கஸ்தூரி
8. மல்லிகை, சந்தன அத்தா;

ஆஞ்சநேயா; சக்கரம்

ஆஞ்சநேயா வா

மந்திரம்

அஞ்சனா தேவி புத்திரா
வாயு மைந்தா, புருஷ ரூபா
வால்லவா வால்லவா, அனுமந்தா, ராமதூதா
நீ வந்து குறி சொல்லு

மூலம்

ஓம் சிங் மங்
ஆஞ்சநேயா வா வா
சுவாஹா

பூஜை

வளர்பிறை வியாழக்கிழமை ஆஞ்சநேயா; யந்திரம் செம்புத்தகட்டில் வரைந்து அபிசேகம் செய்து வாசைன திரவியம் பூசி, விபூதித்தட்டில் வைத்து, அதன் மேல் மை வைத்து முன்னால், வெற்றிலை பாக்கு, வாழைப்பழம், இனிப்பு வைத்து வாசைன ஊதுபத்தி ஏற்றி அமா;ந்து தினமும் இரவு 11 மணிக்கு மேல், மந்திரம் ஜெபித்துவர, ஆஞ்சநேயா; நம் தேகத்தில் இறங்கி குறி சொல்வார். இது அனுபவமுறைகள்.

முடிவுரை

இந்த நூலின் மூலம் நாம் நமது அதிதேவதைகளை குளிர்-வித்து நாம் பலன்களை கண்கூட காணலாம்

www.ingramcontent.com/pod-product-compliance
Lightning Source LLC
La Vergne TN
LVHW041552070526
838199LV00046B/1933
* 9 7 9 8 8 8 8 8 3 7 4 3 6 *